ẨN DẬT

ẨN DẬT: thi tập của Vinh Hồ

Biên tập: Nguyễn Thị Phương Hiền
Bìa: Nguyễn Thị Phương Hiền
Dàn trang: Đỗ Huỳnh Đăng Ngọc
Chân dung: Thanh Hồ, Vũ Đức Thanh
Thay lời tựa: BS Lê Ánh
Lời giới thiệu: Văn Hùng Đốc
Cảm nhận: Lê Văn Ngô, Dương Anh Sơn
Lời vào tập: Vinh Hồ
Bạt: Nguyễn Thị Phương Hiền
Nhân Ảnh xuất bản 2025

ISBN: 979-8-2954-2581-3

VINH HỒ

ẨN DẬT

thi tập

Nhân Ảnh
2025

TRI ÂN:

- Nhà văn Bác sĩ LÊ ÁNH, Cựu Giáo sư Nhà thơ LÊ VĂN NGÔ, Cựu Giảng viên Anh ngữ VĂN HÙNG ĐỐC, Cựu Giáo sư Dịch giả Nhà văn DƯƠNG ANH SƠN, Cựu Nữ Đồng môn Cựu Giáo sư MAI DƯƠNG: luôn ủng hộ Vinh Hồ trên đường văn học nghệ thuật.

- Cựu Nữ Đồng môn Nhà văn Dược sĩ NGUYỄN THỊ PHƯƠNG HIỀN bảo trợ việc in ấn và ra mắt thi tập ẨN DẬT của Vinh Hồ.

Cầu xin Ơn Trên ban phước cho quý vị và gia đình.

Orlando, ngày 10/10/2025
VINH HỒ

Vinh Hồ qua nét vẽ Hoạ sĩ Thanh Hồ, 1993

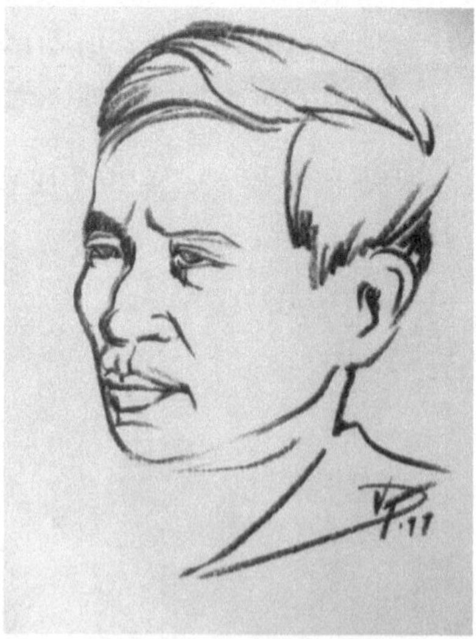

Vinh Hồ qua nét vẽ Hoạ sĩ Vũ Đức Thanh, 1999

DANH NGÔN:

1. "Thiên Chúa đặt con người vào vườn địa đàng." -Sách Sáng Thế

2. "Thuận theo tự nhiên là cảnh giới cao nhất của trí tuệ." -Lời Phật

3. "Người thuận theo đất, đất thuận theo trời, trời thuận theo Đạo, Đạo thuận theo tự nhiên." -Lời Lão Tử

4. "Người trồng cây là người biết yêu thương người khác." -Thomas Fuller

5. "Tất cả nghệ thuật đều là sự bắt chước tự nhiên." -Seneca

6. "Không có gì du dương hơn buổi hoàng hôn." -Claude Debussy

7. "Cây cối là những ngôi đền thiêng." -Hermann Hesse

8. "Những bông hoa là lời khẳng định đầy kiêu hãnh rằng vẻ đẹp có giá trị hơn mọi thứ tiện ích trên đời." -Ralph Waldo Emerson

THAY LỜI TỰA

ẨN DẬT là tác phẩm thứ 10 của Vinh Hồ (VH) gồm những bài thơ chọn lọc sáng tác từ năm 1988 đến 2025, chặng đường thơ khá dài gần 40 năm.

Chủ đề chính của tập thơ tập trung vào cuộc sống ẨN DẬT nơi núi rừng. Chúng ta thử xem nhà thơ sống như thế nào suốt thời gian nơi thâm sơn cùng cốc hoang vu đó?

Vào mùa thu 1980, VH xin vào Hợp tác xã Nông nghiệp ở quê nhà, nhận bình xịt thuốc đi lao động ăn công điểm, đến năm 1987 lên non làm rẫy sống ẩn dật.

Để bắt đầu cuộc sống nơi núi rừng, nhà thơ đã giới thiệu đường vô Lỗ Gáo và cảnh vật hai bên đường trong bài thơ Ẩn dật 1:

"Đường vô Lỗ Gáo là đây!
Hai bên hoang vắng, rừng cây ngút ngàn
Đường qua Suối Trầu, Suối Ngang
Hồ xanh, cò trắng hàng hàng phiêu du"

‘Rừng cây ngút ngàn’, ‘hồ xanh cò trắng’ như tưng bừng đón chào khách viễn du. Đường đi còn dài, nhà thơ vẫn tiếp tục tiến lên khu ‘rừng đứng bâng khuâng’. Tất cả cảnh vật đã hân hoan chào mừng khách viễn du ‘nhập cuộc vui cùng khói mây’:

“Đường lên Bến Khế, Hòn Dù
Bốn bề mây phủ đá xây tầng tầng
Ngã ba rừng đứng bâng khuâng
Con chim bói cá ném thân xuống hồ

Giữa rừng núi mênh mông, nhà thơ sống thoải mái vui cùng cỏ cây. Sáng bạn cùng chim chóc, trưa ‘nâng niu từng búp măng rừng’, chiều về ‘ngắm trận mưa rào’ thật là một cuộc sống an nhiên tự tại với bao vần thơ tiếp nối ngắn dài:

“Đất trời non nước cỏ cây
Bạn cùng chim chóc tháng ngày ung dung
Sáng vào rừng trúc vẫy vùng
Nâng niu từng búp măng rừng như con”

Rồi đêm đến, nhà thơ nằm trên sạp tre ngẫm nghĩ lại ‘thế sự’ chốn ‘trần gian ảo mộng thiên thu kiếp người’:

“Tối về nằm sạp tre ngô
Nực cười thế sự cuộc cờ ảo hư
Luân hồi quả báo chân như
Trần gian ảo mộng thiên thu kiếp người”

Đêm qua đêm, giữa núi đồi hoang vu chỉ ‘một

ta' và... 'một ta'. Đây cũng là lúc 'tĩnh tọa tâm an đạo thường':

"Một ta trong cõi sương mờ
Một ta giữa mái tranh thơ bần hàn
Một ta giữa chốn hỗn mang
Một ta tĩnh tọa tâm an đạo thường"

Sống nơi núi rừng hoang vu một ta, một cõi, ngâm thơ vịnh nguyệt 'bốn mùa gió trăng':

"An bần sống giữa cảnh Tiên
Xưa thân mai cúc, nay quen khướu rùa
Ngâm nga có sẵn vần thơ
Nghêu ngao có cả bốn mùa gió trăng"

Thời gian 'sống giữa cảnh Tiên' cũng là dịp nhà thơ sống cho chính mình trong những giờ phút tham thiền nhập định:

"Tu Tâm kìa Bụt là lòng
Lòng không chút bợn như dòng suối chơn"

Sống nơi thâm sơn cùng cốc, nhà thơ luôn hy vọng đến một ngày 'thái bình về khắp nơi nơi', hết khổ, giải thoát khỏi mọi phiền não, mọi tham ái... bởi 'Niết Bàn trong cõi luân hồi là đây':

"Thái bình về khắp nơi nơi
Niết Bàn trong cõi luân hồi là đây!"

Tiếp đến, hãy xem nhà thơ sống ẩn dật nơi 'núi rừng hoang vu' sương mù phủ kín 'khói thu vẽ thành' trong bài thơ Ẩn Dật 2:

"Chiều nao qua bến Cây Sung
Hòa Sơn tím ngắt một vùng hoang vu
Bên này Hòn Thượng sương mù
Bên kia Giồng Cốc khói thu vẽ thành."

Trong túp chòi tranh cô đơn giữa núi rừng hoang vu, nhà thơ sống thoải mái một cách an nhiên tự tại:

"Giữa rừng núi một chòi tranh
Một mình một cõi năm canh ngáy khò"

Tác giả vẽ nên một bức tranh thuỷ mặc đẹp vô cùng, lồng trong đó hình ảnh người ẩn sĩ với hai bàn tay trắng ẩn mình giữa thiên nhiên cây cỏ.

Thi nhân cám ơn rừng núi, cám ơn thiên nhiên, cám ơn dòng sông, cám ơn trái sim, cám ơn tách trà phong lan rừng:

"Cám ơn rừng núi Hòa Sơn
Đã cho ta những trái sim tím lòng
Cám ơn Sông Lốt xanh dòng
Đã cho ta tách trà phong lan rừng."

Trong "Vũ Trụ Cô Đơn" thi sĩ suy gẫm lại đời mình trong những đêm thanh vắng như là một vũ trụ con, đang hòa mình vào thiên nhiên rừng núi:

"Lại có những đêm yên tĩnh lạ
Người hòa vào vũ trụ cô đơn."

Vào những ngày làm rẫy, thi sĩ nhân cách hóa cảnh vật xung quanh như những bản nhạc, những vần thơ trong "Khúc Ca Làm Rẫy":

"Trái đậu quả cà ngàn nốt nhạc
Vồng khoai hàng chuối những câu thơ"

Ngoài chủ đề ẨN DẬT ca ngợi thiên nhiên, quê nhà, VH còn có những vần thơ ca ngợi danh lam thắng cảnh, tình yêu, bằng hữu.

Quý vị độc giả tuần tự chiêm ngưỡng những danh thắng mà nhà thơ chia sẻ trong bài "Lặng Ngắm Thiên Nhiên" như sau:

"Cùng em về với thiên nhiên
Âu lo trút bỏ, an yên sáng chiều"

Sống hòa mình vào thiên nhiên, buông bỏ những ưu phiền qua năm tháng, trở về với chính mình trong thiền định. Quán chiếu cuộc đời trong chánh niệm. Thật là tuyệt vời một ẩn sĩ ung dung tự tại khẳng khái với cuộc đời, sống "vui cùng cây cỏ":

"Buông bỏ trở về với cõi Thiền
Vui cùng cây cỏ ngắm điền viên

Trước "cảnh sắc hoang sơ", nhà thơ cảm thấy "ngỡ ngàng" thốt lên "trên cành xoài chín bói", rồi chiều về cùng nhau 'xướng họa thơ' hay 'đàn sáo vui ca hát' thật là những khoảnh khắc hồn nhiên tràn đầy sức sống:

"Chiều về đàn sáo vui ca hát
Tối đến tri âm xướng hoạ thơ
Vạn vật bừng lên ngàn sức sống
Hồn ai bay bổng lạc vào mơ?"

Thi sĩ Vinh Hồ viết nhiều thơ từ khi còn rất trẻ ở trung học cho đến bây giờ, từ trong nước ra đến hải ngoại, từ thơ Đường Luật, lục bát, thơ mới, đến thơ tự do, bài nào cũng thâm trầm sâu sắc, chứa đựng tâm hồn thi nhân chân chính dù ẩn dật vẫn ung dung tự tại giữa cuộc đời. Hãy nhâm nhi một tách trà để chia sẻ từng chữ, từng câu, từng ý cùng thi nhân.

Đọc lại nhiều lần ta càng say mê tâm đắc chữ nghĩa, cùng ý tứ sâu xa, và chẳng có từ nào đủ để chia sẻ nỗi niềm say mê cùng tác giả.

Người thi sĩ sống ẩn dật nơi núi rừng vẫn tin tưởng vào một ngày mai tươi sáng của quê hương, thì có sá chi những cam go thử thách đời thường. Từng chữ, từng câu đã bộc lộ tất cả sự thanh cao của kẻ sĩ, có lúc tiêu dao thiền định trong chánh niệm để quán chiếu cuộc đời. Thật là tuyệt vời! Thật là khí phách! Cám ơn thi sĩ Vinh Hồ đã cống hiến cho đời tập thơ ẨN DẬT mới ra lò chất chứa nhiều bài thơ thật là mộc mạc, chân thật, nhưng tình tứ, sâu xa, sâu sắc.

Thung Lũng Phượng Hoàng, Arizona, ngày 08/08/2025

BS Lê Ánh

Nhà Văn Bác sĩ Lê Ánh:

- Quê Phú Thọ, Hòn Khói, Ninh Hoà. Đã xuất bản:

- Hồi ký 1: Từ Hòn Khói, Tôi Đi, 2014

- Y học Thường Thức - quyển 1, 2017

- Y học Thường Thức -quyển 2, 2017

- Văn Thơ & Âm Nhạc, 2020

- Hồi ký 2: Đất Khách - Những Buồn Vui & Suy Gẫm, 2022

- Đọc Truyện Kiều Của Nguyễn Du, 2023

LỜI GIỚI THIỆU

Vinh Hồ (VH) tên thật là Hồ Văn Thinh, sinh năm 1948 tại làng Điềm Tịnh cách làng Xuân Hòa của tôi một con sông, là cựu học sinh Trần Bình Trọng, NK 1960-1964.

Vinh Hồ có năng khiếu văn chương rất sớm, năm lớp Nhất biết làm thơ lục bát, Thầy Đỗ Công Mân đã đọc cho cả lớp nghe; năm đệ Tứ biết làm thơ Đường Luật; năm đệ Tam đã có 2 truyện ngắn trúng giải mục "Truyện ngắn Chọn lọc" báo Dân Quyền ở Sài Gòn, lãnh nhuận bút 300$.

Năm 1968 báo Văn ở SG đăng bài thơ Cõi Về Âm U, được nhạc sĩ nổi tiếng Vĩnh Điện phổ nhạc tựa đề Cõi Về, được ca nhạc sĩ quán quân đài truyền hình Vũ Bảo trình bày đăng trên Youtube.

Nhạc sĩ Cung Đàn ở Úc cũng phổ bài thơ Sắc Màu Kỷ Niệm của Vinh Hồ được ca sĩ Tâm Thư hát xuất sắc đăng trên Youtube.

Năm 1967 Vinh Hồ sáng lập Thi Đoàn Tiếng Vọng tại Cầu Gỗ Ninh Hòa, Khánh Hòa, để sinh hoạt trong giới học sinh, hiện có 3 người có tác phẩm là Điềm Ca, Nguyễn Cầu và Vinh Hồ.

Năm 1994, Vinh Hồ cùng bạn thơ Điềm Ca xuất bản "Ngàn Hương" là tập thơ đầu tiên xuất hiện tại huyện Ninh Hòa, tập thơ này được 2 nhà thơ Tôn Phong, Triệu Phong ở Nha Trang viết bài nhận định đánh giá cao đăng trên 2 tờ báo Khánh Hòa, Nha Trang; nhà thơ Nguyệt Đình ở Huế cũng khen ngợi hết lời.

Năm 1995, Vinh Hồ qua Mỹ định cư và chỉ 1 năm sau đã đoạt giải Đồng hạng (giải 3) Cuộc Thi Thơ của Thi Đàn Lạc Việt tại California Hoa Kỳ, có bằng khen và tiền thưởng.

Từ năm 2003, Vinh Hồ có nhiều bài biên khảo về quê hương Ninh Hòa đăng trên Trang ninh-hoa.com, nhờ đó dân Ninh Hòa biết được non nước và con người Ninh Hòa đẹp như thế nào, càng yêu quý Ninh Hòa hơn. Năm 2016 cuốn biên khảo "Quê Hương Ninh Hòa" ra đời tại Bắc Cali gồm 6 tác giả, phần biên khảo của Vinh Hồ có 142 trang, tôi đã đọc và rất thích.

Suốt 60 năm cầm bút, Vinh Hồ đã xuất bản 10 tác phẩm. Có tên trong 3 bộ sách:

- "Tác Giả Việt Nam 1905-2005" của nhà văn Lê Bảo Hoàng do Nhân Ảnh xuất bản năm 2017.

- “Văn Học Việt Nam 50 Năm Hải Ngoại, Quyển Thượng” của nhà phê bình văn học Nguyễn Vy Khanh do Nguyễn xuất bản tại Canada 2025.

- “Dòng Thơ Lưu Vong 1975-2025” tuyển tập nhận định tác giả và tác phẩm Quyển Một gồm 40 nhà thơ tiêu biểu, của nhà thơ nhà phê bình văn học Song Nhị do Cội Nguồn xuất bản tại Cali, Hoa Kỳ 2025.

*Có hơn 90 nhạc phẩm phổ thơ Vinh Hồ của nhiều nam nữ nhạc sĩ hải ngoại, trong đó có 35 nhạc phẩm đã được phổ biến trên Youtube.

Ngoài thơ văn, Vinh Hồ còn lấn sân qua lãnh vực âm nhạc, đã sáng tác được 4 nhạc phẩm, hiện có 2 nhạc phẩm được phổ biến trên Youtube.

Về thơ Đường Luật, tôi thích bài Quê Tôi được nhạc sĩ LMST phổ nhạc, qua tiếng hát Cố Ca sĩ Hà Thị Thu Thủy tại link: https://www.youtube.com/watch?v=y1d5uSue59o

Trên đây là những hoạt động văn học của Vinh Hồ mà tôi đã theo dõi, lần theo ngòi bút nhà thơ trong bao năm qua.

Nội dung thi tập Ẩn Dật ca ngợi quê hương, thiên nhiên, tâm linh, tình yêu, chiếc áo dài, danh lam thắng cảnh và bằng hữu. Nói chung ca ngợi vẻ đẹp độc đáo của non nước và con người Việt Nam nói chung và Ninh Hoà, Khánh Hòa nói riêng. Từ Vạn Giã đến Ninh Hòa, Nha Trang, Diên Khánh, Cam

Ranh (nhiều nhất là Ninh Hòa) đều được nhắc đến bằng những vần thơ nhẹ nhàng, êm ả, đầy sáng tạo, dạt dào tình yêu thương và sự trân trọng.

Bước vào vườn thơ Vinh Hồ, chúng ta không thể không đọc VƯỜN HOA TÌNH ÁI, 1 bài thơ tình tứ, lãng mạn, trẻ trung, xin trích 4 câu đầu:

Em đã đến trong vườn hoa tình ái
Trái sầu riêng đang chín bói trên cành
Giữa đất trời chỉ có em và anh
Mưa tháng sáu đâu cần chi vội vã

Tóm lại, những con chữ lấp lánh trải dài thi tập Ẩn Dật của Vinh Hồ đã minh chứng rõ nét câu "Thơ là người". Thật vậy, Vinh Hồ đã tự vẽ chân dung mình qua những vần thơ bình dị nhưng trong sáng, chuyển tải ý nghĩa thâm sâu.

Để dẫn chứng cho những nhận xét trên, xin mời quý vị bước chân vào vườn hoa Ẩn Dật để thấy tài năng của nhà thơ Vinh Hồ.

Nam Cali, 25/10/2025
Văn Hùng Đốc

Thầy Văn Hùng Đốc:

- Cựu Giảng viên Anh ngữ TTHL Hải Quân Nha Trang.

- Cựu Hội Trưởng Hội Nha Trang Khánh Hòa Nam Cali.

- Cựu Hội Trưởng Hội Ninh Hoà Dục Mỹ Hải Ngoại.

- Đã tham gia bài vở trên Trang haibogiay.net của Nhà thơ Ca Dao.

CẢM NHẬN

Cảm Nhận

(Thân tặng thi sĩ Vinh Hồ)

Cảm nhận vần thơ buổi hiện tiền,
Ninh Hòa quê mẹ cảnh vô biên.
Núi rừng mờ ảo như tranh vẽ,
Sông nước hiền hòa tựa cảnh tiên.
Đồng ruộng lúa vàng cơm gạo trắng,
Vườn cây trái ngọt gái trinh nguyên.
Cảm ơn thi sĩ yêu nguồn cội,
Trao tặng vườn thơ hơn của tiền.

Lê Văn Ngô.

Cảm nhận THIÊN THỜI ĐỊA LỢI NHÂN HÒA.

1/ Nguồn thơ, lối hành văn và ngôn ngữ của thi sĩ Vinh Hồ đã có nhiều nhà văn, thi sĩ từ trong nước đến hải ngoại hết lời khen ngợi. Vinh Hồ đã có năng khiếu làm thơ từ tấm bé ở bậc tiểu học cho đến ngày nay 2025. Nàng thơ luôn an trụ trong trái tim của thi nhân, trải qua địa hình, địa danh, từ non cao đến sông ngòi, từ đồng quê đến thành thị, từ khổ cực đến sung sướng, từ quê nhà ra đến hải ngoại... nàng thơ luôn có mặt, mỗi ngày mỗi thăng tiến. Năm nay 2025 ở tuổi về chiều, thi sĩ cho ra hai đứa con tinh thần độc đáo "NHƯ BIỂN HỒ LAI LÁNG" và "ẨN DẬT" nói lên đầy đủ nhân sinh quan của tác giả.

2/ Quê hương nơi chôn nhau cắt rốn là hình ảnh vô cùng thương yêu. Từ núi cao, sông nước, đến đồng ruộng nương rẫy, vườn cây trái ngọt, chim kêu vượn hú, bóng dáng người nông dân, cô thôn nữ hằng ngày đội nắng dầm mưa qua bốn mùa sương gió được người con xứ Ninh vẽ lại qua những vần thơ tuyệt tác.

3/ Tác phẩm này được bạn đồng môn và các huynh trưởng cùng ra công tiếp sức để đứa con tinh thần sớm ra mắt chào đời thật không gì bằng.

CHỦ ĐỀ TÁC PHẨM ẨN DẬT

Khi viết tác phẩm này, tác giả đã nghiên cứu rất kỹ về triết lý, quan điểm của các Giáo Chủ THIÊN CHÚA GIÁO, PHẬT GIÁO, LÃO GIÁO, KHỔNG GIÁO và các bậc tiền bối đã trải qua kinh nghiệm, đã thực hành lối sống ẨN DẬT.

Tác phẩm chia 3 phần:

- Phần một: QUÊ HƯƠNG NINH HÒA

Mở đầu là 12 bài thơ về địa hình, ranh giới xứ Ninh xinh đẹp, núi cao bao quanh ngăn bão táp, sông nước ba nguồn tải phù sa vun đắp nuôi dưỡng cánh đồng lúa chín vàng vườn cây xanh lá quả sai, rồi chảy vào sông Dinh ra biển đảo mênh mông.

Nông nghiệp là nguồn sống của toàn dân trong địa hạt, do bàn tay rắn chắc của nông phu và đôi tay mềm mại khéo léo của thôn nữ ngày đêm chăm lo trồng trọt gặt hái.

Tiếp theo hơn 16 bài thơ, tác giả viết về đặc sản, bản lĩnh, đặc tính tốt đẹp nhất người xứ Ninh. Chưa đủ, tác giả gửi tiếp MƯỜI HAI NHỚ nhớ bến đò yêu, nhớ cánh đồng, nhớ Mẹ Cha, nhớ thôn nữ tát nước đêm trăng, nhớ cô gái đưa đò chở khách sang ngang, nhớ chiếc áo bà ba, áo dài eo thắt ba vòng. Cũng chưa đủ, tác giả tặng thêm MƯỜI TÁM THƯƠNG thương quê hương khi xa nhà, thương vợ hiền đảm đang quanh năm với ruộng vườn nuôi con giúp chồng và chung thủy.

Hơn 70 bài thơ viết về quê hương Ninh Hòa, mỗi bài là một bức tranh màu hoặc thủy mặc tuyệt đỉnh, được minh họa bằng những vần thơ Đường luật, Lục bát, Thất ngôn, Bát ngôn... Ngoài những bức tranh cảnh, còn nhiều câu chuyện tình người, lộng cảnh thật thú vị, như hai thôn nữ tát nước đêm trăng, như cô lái đò mơ màng trong giấc mộng vì tình duyên trắc trở, để cho khách sang ngang một mình mang theo tình thương nỗi nhớ. Nhiều chục năm sau khách trở lại, bến đò xưa còn đó, cô gái má hồng đã lấy chồng phương nào không rõ.

Hình dáng thôn nữ trong chiếc áo bà ba vòng 1 căng tròn dung dăng dưới bóng mát cây vú sữa, thi sĩ xuất khẩu bài thơ:

VƯỜN EM

"Vú sữa đầu cành đang tỏ rạng
Bầy ong dưới nắng cứ bay lườm
Chị qua tóc thả thơm mùi nhãn
Bướm đậu hoa rung mượt cánh cươm"

Khi cô gái hiểu ý liền đồng cảm:

"Hãy hái đi anh chùm mận đỏ,
Tình em thơm ngọt trái xoài hườm"

Không biết chuyện tình đi đến đâu? Và còn nhiều chuyện thơ mộng tiếp theo... Mời độc giả vào nội dung, có lẽ sẽ thấy bóng hình mình trong vườn thơ không chừng.

Có thi sĩ nào làm thơ ca tụng nơi chôn nhau cắt rốn của mình đầy đủ ngọn nguồn như thi sĩ Vinh Hồ? Thật quý thay!

- Phần hai: ẨN DẬT 1 và ẨN DẬT 2

Ẩn Dật

(Thương tặng hai em Thủy Tiên và Vinh Hồ)

Vũ trụ nhân sinh chung nhịp cầu,
Sinh tồn hủy diệt khác gì đâu?
Núi cao chất ngất thành bình địa,
Biển cả bao la hóa ruộng dâu.

Thế giới đổi thay trong chốc lát,
Đời người chuyển hóa có bao lâu.
Thuận theo Trời Đất tâm an lạc,
Ẩn dật rừng sâu thật nhiệm mầu.

Lê Văn Ngô

Hơn nửa đời trải qua nhiều dâu bể, thi sĩ muốn trở về nguồn, sống với cỏ cây rừng núi như các ẩn sĩ ngày xưa xa rời thế sự.

Mời độc giả đọc hai bài thơ ẨN DẬT 2 và ẨN DẬT 1.

"Giữa rừng núi một chòi tranh
Một mình một cõi năm canh ngáy khò...
Bạn cùng tùng, trúc, hạc, cò
Bước cao bước thấp tự do khôn cùng"

Thời gian ẩn dật này, thi sĩ bắt đầu sáng tác nhiều áng thơ ca ngợi thiên nhiên, yêu bốn mùa gió trăng và yêu đời tha thiết:

"Ngân nga có sẵn vần thơ
Nghêu ngao có cả bốn mùa gió trăng"

Một ngày kia người vợ hiền cũng tìm đến thăm, thi sĩ tặng bài thơ LẶNG NGẮM THIÊN NHIÊN:

"Cùng em về với thiên nhiên
Âu lo trút bỏ, an yên sáng chiều
Dạo chơi trên đảo Tình Yêu
Non bồng nước nhược mỹ miều tiên nga."

Và còn nhiều sáng tác tuyệt vời về tình và cảnh nơi thiên nhiên hoang dã nữa. Nguồn thơ bây giờ như thác chảy, mây trôi, thể loại nào, đề tài nào, địa phương nào cũng tươi mát như cơn mưa phùn sau những ngày dài nắng nóng.

Ngoài những vần thơ ca ngợi quê nhà, thiên nhiên, Thi sĩ trở về với Tôn giáo, Thiên Chúa Giáo và Chùa cổ Phật giáo, tham thiền thực hành triết lý sống. Phải nói tài năng tác giả được bùng cháy cực mạnh trong giai đoạn này.

- Phần ba: Gồm những bài thơ viết về tình yêu, danh lam thắng cảnh, bạn bè, thân hữu, tràn đầy tình nghĩa đậm đà tha thiết.

KẾT LUẬN

Mâm cỗ tiệc sẵn sàng, sang trọng, nhiều món ngon vật lạ đã đặt trên bàn, mời thân hữu, văn nhân, thi sĩ tùy duyên, tùy sở thích mà thưởng thức cho tình quê hương ghi nhớ bền lâu, tình thân bằng quyến thuộc nồng cháy mãi lúc tuổi về chiều.

Lê Văn Ngô
Cali, ngày 9 tháng 8 năm 2025

Thầy Lê Văn Ngô:

- Sinh năm 1936 tại Ninh Hòa.

- Cựu học sinh Trung học Võ Tánh Nha Trang, Chu Văn An Sài Gòn, Đại Học Văn Khoa Sài Gòn.

- Cựu giáo sư Trường Trung Học Trần Bình Trọng Ninh-Hòa, Trường Trung học Bồ Đề Nha Trang.

- Đã xuất bản "Nguyên Ngộ thi tập" 2016, và in 3 tập thơ Thiền để tặng Con cháu, Đạo hữu và Thân hữu.

CẢM NHẬN:
MỘT GÓC NHÌN VỀ NHÀ THƠ VINH HỒ

Ngày xưa thời Tống bên Trung Hoa có bài thơ rất nổi tiếng nói về việc lui về ẩn dật của Đào Tiềm là bài "Quy khứ lai từ" với *câu đầu và câu cuối* của bài từ đã cho thấy rõ lý do lui về của Đào Uyên Minh: "Quy khứ lai hề, điền viên tương vu, hồ bất quy!... Liêu thừa hoá dĩ quy tận, lạc phù thiên mệnh phục hề nghi?" (Tạm dịch: *Về đi thôi! Ruộng vườn sắp trở thành hoang vu, cớ sao chưa về? Nương theo sự biến hóa theo về cho xong. Vui mệnh trời, còn có điều gì nghi hoặc nữa.*) Và ở đây, Vinh Hồ ở cái tuổi xấp xỉ 80 ắt thấu hiểu con đường *"Vui với mệnh trời và không còn những nghi hoặc nữa".*

Nhân anh sắp ra mắt tập thơ "Ẩn Dật", xin tặng anh một bài thơ:

VÔ ĐỀ

(Bản phiên âm Hán-Việt)

Quy khứ hà ẩn dật!
Thế sự các phù vân!
Bạch đầu dữ tuế nguyệt,
Nhàn thì cách phong trần.

Tạm dịch:

KHÔNG ĐỀ

Lui về nào phải lánh đời,
Chuyện đời đều chỉ mây trôi lững lờ!
Tháng năm đầu đã bạc phơ,
Lúc nhàn gió bụi bây giờ cách xa...

* * *

Tôi biết anh Vinh Hồ khi đọc một số bài viết cũng như thơ đăng trên <ninh-hoa.com>, trang mạng chú trọng nhiều về văn học nghệ thuật, đặc biệt gắn bó với quê hương Ninh Hòa, cùng với ngôi trường Trung Học Trần Bình Trọng, sau đổi tên là Trung Học Ninh Hòa. Đó là một trong những cái nôi đã nuôi dưỡng những bài viết và những bài thơ nói lên tình tự quê hương của Vinh Hồ.

Những bài viết của Vinh Hồ về địa danh, con người, phong tục, tập quán của vùng đất Ninh Hòa đã cho thấy niềm đam mê và trân trọng quê hương Ninh Hoà của mình. Rồi sau này những tác phẩm trên quê người như "*Bên này biển muộn*", "*Như biển hồ lai láng*"... đã định hình một phong cách riêng của

Vinh Hồ. Nếu "Văn tức là người" như nhà văn Pháp Buffon từ lâu đã nhận định và Võ Phiến trong "Chúng ta qua cách viết" đã nhiều lần đề cập trên tạp chí Bách Khoa trước 75, sẽ giúp chúng ta một góc nhìn để nhận xét tổng quan về nhà thơ Vinh Hồ:

1/- Trước hết thơ và văn của ông chan chứa tình cảm về tình yêu quê hương đất nước, phải rời xa quê nhà để sống ở một đất nước khác. Tuy nhiên, nỗi niềm thương nhớ quê nhà không bao giờ nguôi ngoai trong tâm khảm của ông. Đặc biệt, hình ảnh cha mẹ - một trong những biểu tượng về tình quê - luôn đậm đà trong thơ của ông:

"Đồng không không một bóng người
Dòng sông bên lở bên bồi hoàng hôn
Thân cò lặn lội đầu non
Mặt trời sắp tắt con đường còn xa"

(Lòng cò – Như biển hồ lai láng)

Đồng thời, chúng ta thấy tình quê hương, tình mẫu tử, số phận đất nước, thân phận mẹ già... như đan lồng vào nhau trong một bài thơ:

"Khi tôi sinh ra
Không có ngôi sao nào xuất hiện..."
"Khi tôi sinh ra
Quê hương nghèo xơ xác..."...

(Tuổi thơ tôi chẳng có mùa xuân- NBHLL)

Và rất nhiều những suy nghĩ triết lý như thế ở rải rác các tập thơ của ông.

2/- Ngoài tình tự quê hương và tình thương nhớ quê nhà qua hình ảnh mẹ cha, thơ của Vinh Hồ cũng mang đậm phong cách trữ tình sâu lắng của tình yêu thương cha mẹ, của những hoài niệm về quê hương một thuở nào, của sự hồi tưởng khó quên chặng đường lao lý vì vận nước đổi thay. Tuy nhiên, Vinh Hồ cũng có cái nhìn như Tô Thùy Yên trong "Ta về" khi nói về giai đoạn này*: bao dung và vượt lên số phận để thấy rõ hơn số mệnh của một dân tộc, v. v...*

3/- Vinh Hồ là nhà thơ sống nhiều với nội tâm, trong bài thơ "Bên này biển muộn" ông đã viết :

"Bên này biển muộn tôi ngồi
Nghe trong thinh lặng vọng lời quê xưa..."

"Quê xưa" bây giờ chỉ còn trong trí nhớ của một câu chuyện cổ tích nào đó vẫn âm vang trong nội tâm tác giả chẳng thể nào quên được. Mặt khác, bài thơ "Ngàn hương" (cùng tên với thi phẩm Ngàn hương), phong cách thơ của Vinh Hồ cũng mang đậm tâm hồn Đông phương gần gũi với thiên nhiên để hòa tan vào sự trong lắng, nhẹ nhàng, như một mối giao cảm mà Lý Bạch, Tô Đông Pha, Đỗ Phủ, Bạch Cư Dị... của Trung Hoa hay Nguyễn Trãi, Nguyễn Du, Nguyễn Khuyến... của nước Việt từng thả hồn vào cái đẹp thinh lặng và cao rộng của thiên nhiên, trời đất, trăng sao...

"Hương từ trời thoảng trong mơ
Ngàn hoa thức giấc đợi chờ nắng mai..."

Năm 2017 /11, tôi có dịp gặp gỡ anh Vinh Hồ trong chuyến đi cùng chs Trung Học Ninh Hòa đến

San Jose, Las Vegas, Arizona... Đó là một con người nói năng khiêm cung và nụ cười nhẹ nhàng chân thành. Anh ít khi nói về mình. Vinh Hồ cũng như thơ của anh không cầu kỳ, tráng lệ hay cao siêu bí hiểm. Lời thơ, hình ảnh và câu chữ của thơ anh dung dị như câu chuyện kể của lối văn tự sự thân thuộc và gần gũi: "tuổi thơ sum vầy, mịt mờ khói lửa, đẩy đưa nhịp võng, cánh đồng yêu thương..." trong "Đầu non nhớ Mẹ - NBHLL); hoặc: "tàu cau, vườn trầu, thân cò gánh gạo..." trong "Thương mẹ -NBHLL). Đó là cách dùng từ giản dị nhưng chân tình - như chính con người của Vinh Hồ - đã được lồng vào với những câu thơ ngắn gọn nhưng chất chứa tính biểu cảm để người đọc hiểu hơn về ý tứ của nhà thơ một cách nhẹ nhàng. Những hình ảnh mang đầy tính lạc quan của tâm hồn nhà thơ như những từ "thoảng", "mơ", "thức giấc", "nắng mai"... trong "Bên này biển muộn" và rất nhiều trong các tập thơ của Vinh Hồ đã cho thấy ít nhiều về con người nhà thơ dù từng trải qua chặng đường khổ ải của tù đày nhưng vẫn giữ được niềm lạc quan vui sống. Và vượt lên tất cả, trong "Như biển hồ lai láng", nhà thơ có cái nhìn rất triết lý, nhìn thấu đạt lẽ vô thường và biến dịch của cuộc sống mang đậm tư tưởng đạo Phật và Lão Trang. Tư tưởng này sẽ vượt lên tất cả để nhận chân bản chất cuộc sống là vô thường và phù sinh:

"Trong vô cùng vô tận của không gian
Trái đất chỉ là một chấm nhỏ
Đời người như giọt sương trên cỏ
Thu qua chưa hết đã đông tàn

Luân hồi sinh tử quay vùn vụt
Trái đất cũng quay quanh chính mình
Mệt lả nhưng không được ngừng nghỉ
Sẽ tan như những kiếp phù sinh..."

(Di ngôn – NBHLL)

Nhìn chung, Vinh Hồ là một nhà thơ tuy phải sống nơi quê người nhưng tấm lòng luôn hướng về quê cha đất tổ, luôn đề cao lòng hiếu kính với mẹ cha, ông bà, tổ tiên và luôn đau đáu về quê hương... Đồng thời văn thơ của ông cũng cho thấy được tính khiêm nhường, chân thật, không phô trương, thể hiện qua ngôn từ sử dụng trong thơ văn và chính cuộc đời thực của ông.

Những nhận xét trên đây chắc chắn còn sơ sài, nhiều thiếu sót và chủ quan. Đánh giá về một tác giả cần nhiều thời gian và nhất là cần có những tư liệu trong tay như toàn bộ sách vở của tác giả cũng như các đánh giá của các nhà phê bình và văn hữu. Cầu mong nhà thơ Vinh Hồ lui về "Ẩn dật" và lúc vui hay buồn, nếu có thi hứng, anh sẽ vẫn tiếp tục dàn trải tâm hồn mình qua những bài thơ mới mẻ hơn trong tư thái thoải mái nhẹ nhàng và tràn đầy niềm vui sống. Với Vinh Hồ, thiết nghĩ làm thơ chính nguồn vui sống cho cuộc đời vô thường này.

Saigon, 27/7/2025
Dương Anh Sơn

Thầy Dương Anh Sơn:

- Cựu Giáo sư triết học trường Trung Học Ninh Hòa.

- Dạy văn THPT Nguyễn Trãi Ninh Hòa.

- Dạy văn THPT Nguyễn Huệ Tuy Hòa.

Đã xuất bản:

1/- ẢNH HƯỞNG ĐẠO PHẬT TRONG ĐOẠN TRƯỜNG TÂN THANH, NXB VHTT, Sài Gòn, 2006

2/- ỨC TRAI THI TẬP của Nguyễn Trãi, chuyển dịch lục bát, NXB Văn Hóa Sài Gòn, 2009

- Những bài thơ chữ Hán của Lý Bạch, Đỗ Phủ, Tô Đông Pha, Nguyễn Trãi, Nguyễn Du dịch sang Lục bát đã đăng trên ninh-hoa.com và nguyenhuehaingoai.blogspot.com.

LỜI VÀO TẬP

- "Nam Hoa Kinh" của Trang tử được Kim Thánh Thán liệt hạng nhất trong lục tài tử thư của Trung Quốc, Trang Tử viết:

"Hư tĩnh, điềm đạm, tịch mịch, vô vi là gốc của vạn vật... [Theo đạo ấy] tĩnh [nghĩa là ẩn cư] thì thành thánh, mà động [ra giúp đời] thì thành vua." (Chương 13, Thiên Đạo, Dịch giả Nguyễn Hiến Lê).

- Triết học Đông Phương cổ quan niệm con người là tiểu vũ trụ nên phải sống hoà hợp hoà đồng với đại vũ trụ.

- Eckhart Tolle nhà tư tưởng Đức nổi tiếng với cuốn sách "Hợp Nhất Với Vũ Trụ" có câu:

"Thiên nhiên là người thầy lớn nhất, giúp bạn kết nối với sự tĩnh lặng nội tại."

- Tại VN thời Lý, Mãn Giác Thiền sư vị cao tăng mang tâm hồn thi sĩ, phút lâm chung có làm 1 bài kệ tuyệt bút nói lên quy luật biến đổi không ngừng của thiên nhiên vũ trụ, trước tử sinh Thiền sư vẫn an nhiên tự tại 'tâm bất biến giữa dòng đời vạn biến', xin trích 2 câu cuối được dịch bởi Ngô Tất Tố:

Đừng bảo xuân tàn hoa rụng hết
Đêm qua sân trước một nhành mai

- Thời Lê và Pháp thuộc có 2 danh nhân sau khi đem hết tài năng ra giúp nước đã cáo quan về với thiên nhiên:

*Đại thi hào Nguyễn Trãi sống ẩn dật tại Côn Sơn đã làm nhiều bài thơ ca ngợi thiên nhiên trong đó có bài Côn Sơn Ca nổi tiếng, xin trích 2 câu đầu được dịch bởi Lê Thước:

Côn Sơn suối chảy rì rầm
Ta nghe như tiếng đàn cầm bên tai

*Thi hào Nguyễn Khuyến về sống ẩn dật tại quê nhà đã làm nhiều bài thơ ca ngợi thiên nhiên trong đó có 3 bài thơ Thu tuyệt bút, xin trích 2 câu:

Ao thu lạnh lẽo nước trong veo,
Một chiếc thuyền câu bé tẻo teo (Thu Điếu)

- Thời tiền chiến sôi nổi với phong trào Thơ Mới nhưng thi sĩ Quách Tấn vẫn ở lại với Đường Luật đã được nhà phê bình thi ca Hoài Thanh gọi là "Sứ giả đời Đường", được thi sĩ Tản Đà đặt ngang Tam Nguyên Yên Đổ, Quách Tấn đã làm nhiều thơ ca ngợi thiên nhiên, Tĩnh Mịch là bài thơ tuyệt bút nói lên nỗi lòng cô đơn khi đứng trước cảnh đìu hiu của sông nước, xin trích 2 câu:

Đời nửa khói mây chìm bóng mộng
Gọi đò một tiếng lạnh hư không

Nhân xuất bản thi tập Ẩn Dật, Vinh Hồ (VH) xin có vài lời tâm tình: Sau 12 năm xa nhà, mùa thu 1980, VH "trở về mái nhà xưa" vào Hợp tác xã Nông nghiệp Ninh Phụng nhận bình xịt thuốc đi lao động ăn công điểm. Năm (1982-1983) VH làm rẫy ẩn dật tại Lỗ Gáo làm bài ẨN DẬT 1 dài 58 câu. Năm (1987-1995) VH làm rẫy ẩn dật tại Hoà Sơn làm bài ẨN DẬT 2 dài 34 câu. Trong thời gian 15 năm (1980-1995) VH đã làm nhiều thơ ca ngợi quê nhà và thiên nhiên. Năm 1994, VH cùng TS Điềm Ca xuất bản "Ngàn Hương" - tập thơ xuất hiện đầu tiên tại Ninh Hòa: được 2 nhà thơ Tôn Phong, Triệu Phong viết nhận định đánh giá cao đăng trên 2 tờ báo Khánh Hòa và Nha Trang, được NT Nguyệt Đình ở Huế và 6 nhà thơ khác ở Nha Trang làm thơ khen ngợi; đó là Đường luật, còn Lục bát xin trích 2 câu:

Đường vô Lỗ Gáo là đây
Hai bên hoang vắng rừng cây ngút ngàn
(Ẩn Dật 1)

Thi tập ẨN DẬT gồm 256 bài thơ ca ngợi quê nhà, thiên nhiên, tâm linh, tình yêu, danh thắng, bằng hữu, qua các thể thơ: Đường luật trên 160 bài, còn lại là lục bát, tứ tuyệt, 4 chữ, 5 chữ, 6 chữ, 7 chữ, 8 chữ.

VH hân hạnh kính giới thiệu đến quý vị, ẨN DẬT đứa con tinh thần thứ 10 của mình và thật diễm phúc nếu được quý vị đón nhận, thương mến, chia sẻ, đa tạ.

Cám ơn Nhà văn Bác sĩ Lê Ánh viết Tựa, Cựu Giảng viên Anh ngữ Văn Hùng Đốc viết Lời giới thiệu, Nhà thơ Cựu Giáo sư Lê Văn Ngô, Nhà văn Dịch giả Cựu Giáo sư Dương Anh Sơn viết Cảm nhận, Nhà văn Dược sĩ Nguyễn Thị Phương Hiền viết Bạt, cùng các cơ quan truyền thông, báo chí, văn thi hoạ sĩ, các nhà phê bình văn học và độc giả đã có lời nhận xét mới hoặc cũ về thơ Vinh Hồ, xin mạn phép được trích đăng ở đầu và cuối sách.

Đa tạ Nhà xuất bản Nhân Ảnh giúp hình thành thi tập này.

Trân trọng,

VINH HỒ
Orlando, ngày 1/7/2025

Phần 1
QUÊ NHÀ
78 bài

(Ảnh TX Ninh Hoà, Sông Dinh, Hòn Hèo
by NINH HÒA ONLINE 15/08/2015)

1

CÚC HOA KỲ 3

(Bản phiên âm Hán-Việt)

Vong thân, vong thế, dĩ đô vong
Toạ cửu tiêu nhiên nhất tháp lương
Tuế vãn sơn trung vô lịch nhật
*Cúc hoa khai xứ tức trùng dương**
Thiền sư Huyền Quang

Vinh Hồ tạm dịch:

HOA CÚC KỲ 3

Quên mình, quên đời, quên tất cả
Hiu hắt ngồi lâu mát lạnh giường
Trong núi cuối năm không có lịch
*Thấy hoa cúc nở biết trùng dương**
Huyền Quang Thiền Sư
(1254-1334)

**Tức ngày mùng 9 tháng 9 âm lịch.*

(Thời Trần, Thiền sư có năng khiếu thơ từ nhỏ, năm 21 tuổi đỗ đầu Khoa thi Hội ra làm quan, sau xin đi tu, trở thành vị Tổ thứ ba của dòng Thiền Trúc Lâm.)

MỘ XUÂN TỨC SỰ

(Bản phiên âm Hán-Việt)

Nhàn trung tận nhật bế thư trai
Môn ngoại toàn vô tục khách lai
Đỗ Vũ thanh trung xuân hướng lão
Nhất đình sơn vũ luyện hoa khai
Nguyễn Trãi
(1380-1442)

Vinh Hồ tạm dịch:

CUỐI XUÂN TỨC CẢNH

Suốt ngày nhàn nhã đóng phòng văn
Khách tục không lai vãng đến gần
Trong tiếng cuốc kêu xuân đã muộn
Đầy sân mưa bụi nở hoa xoan
Nguyễn Trãi

CÁM ƠN ĐỜI CÁM ƠN NGƯỜI

(Ảnh: Vinh Hồ, 1967)

Nửa đời đã sống từng giây từng phút
Chấp nhận khổ đau cạn chén thương sầu
Bao lần quỵ ngã vẫn cố đứng dậy
Chân liêu xiêu bước giữa trời mưa mau

Như dòng suối bạc trôi về biển khơi
Như cánh đồng xanh hướng về mặt trời
Như tiếng chim quyên líu lo ca hát
Ta vẫn làm thơ ca ngợi cuộc đời

Cảm ơn đời đã cho ta cuộc sống
Cảm xúc dâng tràn đầy đủ vui buồn
Cảm ơn người đã cho ta được sống
Bằng cả trái tim trân quý yêu thương

Orlando, ngày 7/7/2025

QUÊ TÔI THỊ TRẤN GIỮA ĐƯỜNG

(Ảnh TX Ninh Hoà, xa xa là Hòn Hèo by Website Cổng thông tin điện tử Xã Ninh Phú, 13/3/2023)

Quê tôi thị trấn u buồn
Nằm trơ vơ giữa con đường thiên nan
Người ra Bắc, kẻ vào Nam
Dừng chân uống bát dừa xiêm mát lòng

Người lên Tây, kẻ xuống Đông
Trái mừng quân chín ngọt lòng xóm quê*
Lá chùm ruột gói nem chua
Em tôi còn đứng ngẩn ngơ giữa đường

Sông Dinh nước chảy bình thường
Chảy từ tim Mẹ sắt son một đời
Xiết bao dâu bể đổi dời
Tình quê hương vẫn rạng ngời thiên thu

Từng chiều mây phủ Vọng Phu
Từng đêm em đợi người phiêu du về

1995

**Trái bồ quân ở Ninh Hoà gọi là trái mừng quân.*

QUÊ TÔI DÙ DÃI DẦU MƯA NẮNG

Quê tôi dù dãi dầu mưa nắng
Vợ chồng vẫn chung thuỷ với nhau

Quê tôi dù tắt đèn tối lửa
Nghĩa xóm tình làng vẫn nặng sâu

Quê tôi dù bể dâu chìm nổi
Lòng sắt son không dễ úa màu

Như sông Dinh chảy từ tim Mẹ
Như Vọng Phu sừng sững giang đầu

Dù đến tận cùng trời cuối đất
Vẫn thương nơi cắt rốn chôn nhau

Nov., 12, 2024

NINH HOÀ - VẠN GIÃ ĐÂU XA?

Ninh Hoà - Vạn Giã đâu xa?
Từ trong tiền kiếp vẫn là bà con
Cùng trông con mắt đã mòn
Cùng nhìn đỉnh núi Ba Non mây bồng

Cùng xuôi thuyền Vịnh Vân Phong
Cùng qua Đèo Cả một lòng thuỷ chung
Ngày nào chung sống Khánh Ninh
Vì đâu phân rẽ duyên tình đôi ta?

Ninh Hoà - Vạn Giã đâu xa?
Từ trong tiền kiếp vẫn là một thôi

17/3/2020

CÀNH MAI VÁCH NÚI

Vách núi cheo leo khí lạnh hàn
Ẩn trong sương khói sắc mai vàng*
Suốt bao đông rét lòng kiên định
Qua những bể dâu tâm tịnh an
Ngày vắng cùng hoa nghe suối hát
Canh khuya đối bóng biết đêm tàn
Xương mai gầy gõ đeo năm tháng
Lại có cành Xuân nhất thế gian

Aug. 1, 2025

**Mai tượng trưng cho người quân tử.*

XỨ NINH NON NƯỚC HIỀN HOÀ

(Ảnh Sông Dinh, Cầu Sắt Ninh Hoà vào mùa nước lũ: by HẢI LĂNG, 11/11/2019)

Xứ Ninh non nước hiền hòa
Người quê Ninh sống thật thà dễ thương
Xứ Ninh quê của trầm hương
Bức tranh thủy mặc vấn vương tình người

Dù cho bão dập sóng dồi
Người quê Ninh vẫn giữ lời nước non
Dù cho đá lở non mòn
Tình quê Ninh vẫn sắt son một lòng

Sông Dinh còn chảy còn trong
Vọng Phu còn đứng còn mong người về
Dù cho cách trở sơn khê
Người quê Ninh chẳng quên quê hương mình

2004

XỨ NINH BIỂN NGỌC RỪNG TRẦM

(Ảnh Hòn Lớn, hàng tre Sông Cái, con đường liên xã đoạn Xuân Hòa-Điềm Tịnh, ruộng Rọc Dông: by Phan Thế Vinh, 6/7/2022)

Xứ Ninh biển ngọc rừng trầm
Đi xa thì nhớ ở gần lại thương
Hòn Bà lụa phủ hào quang
Đêm xuân Thánh Nữ bay ngang Giồng Đền

Tháng năm ngọn gió nam lòn
Giữa trời Chinh Phụ bồng con đứng chờ
Đông tàn bấc thổi môi khô
Trên đồi Cổ Mã ngựa thồ về không

Qua cầu Dinh nhớ thương mong
Tình ai theo ngọn lục bình xa xa?
Ra đi hồn gởi quê nhà
Lấy nhau chẳng đặng sầu tha hương người

2004

- Hòn Bà: tức Hòn Lớn.

10

TA ĐỨNG BÊN NGÀY

(Ảnh Mạng: Hòn Vọng Phu chụp gần)

Ta đứng bên ngày nhớ phía đêm
Đại dương vời vợi sóng xô ghềnh
Florida nắng vàng cây cỏ
Núi Vọng Phu mưa tím nỗi niềm
Hồn gởi về quê mây lãng đãng
Sông xa cách bạn bến im lìm
Ngày ra đi có trăng theo tiễn
Thoắt đã mùa cau rụng trắng thềm

1996

ORLANDO VỚI NINH HOÀ

(Ảnh Phan Thế Vinh: Ngôi đình làng Điềm Tịnh)

Orlando với Ninh Hòa
Nửa vòng trái đất mù xa cách lòng?
Chiều xuân mây trắng bềnh bồng
Nhớ hoa mai nở, nhớ đồng lúa xanh

Nhớ cầu sông Đục thanh thanh
Nhớ con đường nhỏ quanh quanh xóm Chùa
Nhớ cây gạo, nhớ đình xưa
Bến khuya hiu hắt ai khua mái dầm?

Đêm trăng sáng chuyện thì thầm
Nhớ thương thương nhớ ai cầm lòng nhau?

1997

QUÊ TÔI

(Ảnh Cầu Dinh xưa: by thầy Lê Văn Ngô tháng 9-1968) (Xe hoa của Thầy Cô)

Qua cầu Dinh cảnh đẹp như hoa
Cây trái xanh tươi khí dịu hòa
Núi Vọng giăng mây chờ nắng ngã
Hòn Hèo đội mũ gọi mưa sa
Tối nghe trống sấm rền Thiên Bửu
Chiều thấy cò bay sáng Ổ Gà
Thương kẻ chân quê đời vất vả
Nên sông Dinh chở nặng phù sa

1990

- Đã được Ns LMST phổ nhạc qua tiếng hát Hà Thị Thu Thuỷ đăng trên Youtube.

NINH HOÀ

(Ảnh Trần Mô Bin: Hòn Vọng Phu)

Ba hòn bao bọc giữ quê Ninh
Ba nhánh xuôi về một sông Dinh
Sông Lốt ngợi ca bao chiến tích
Vọng Phu ghi tạc một thiên tình
Đá Bàn Đập Đúc hồ xanh biếc
Động Cát Ninh Diêm muối trắng tinh
Thiên Bửu Ba Hồ bày mọi vẻ
Sáng ngời dung hạnh gái quê Ninh

1990

- *Ba hòn: Hòn Hèo, Hòn Vọng Phu, Hòn Lớn*
- *Ba nhánh: Sông Cái, Sông Đá, Sông Lốt*

NINH HÒA QUÊ EM

(Ảnh Phan Thế Vinh: Sông Dinh, Hòn Hèo)

Quê em chất phác hiền lành
Sông Dinh trong trẻo chảy quanh các làng
Thương sao những chuyến đò ngang!
Vẫn chờ em mỗi chiều tan trường chiều

Thương sao những gánh cá tươi!
Những xe lam nặng người vui dọc đường
Tháng Năm phe phẩy nam non
Tháng Bảy nam rút trăng tròn sáng soi

Tháng Mười bão lụt đen trời
Bắt con cá lúi nhớ người tình chung
Tháng Giêng lúa tốt đầy đồng
Mong người khang kiện, mong xuân thái bình

2004

CHIỀU NAO XA CON SÔNG QUÊ

(Ảnh Phan Thế Vinh: Sông Dinh)

Tuổi tôi gắn với đò ngang
Cô lái còn ngủ tôi sang sông rồi
Lục bình tim tím trôi trôi...
Mưa phùn nhè nhẹ rơi rơi... não nề

Chiều nao xa con sông quê
Bến đò, em, với tứ bề gió mưa
Thương em nói sao cho vừa!
Áo bà ba trắng vẫn chưa ngỏ lời

Chiều nao từ chốn xa xôi
Tôi quay về với bến đời đục trong
Người xưa đã đi lấy chồng
Người nay còn đứng bên sông gọi đò...

Ngày 1/7/25

XUÂN VỀ LẠI NHỚ QUÊ HƯƠNG

Bao Xuân qua cứ hẹn rồi hò
Tết đến lỡ thêm một chuyến đò
Cầu ván gập ghềnh còn đứng đợi
Dòng sông êm ả chảy quanh co
Đầu đình tán gạo xanh ngan ngát
Cuối xóm hàng cau đứng thẳng ro
Nhớ gốc me già bên cổ tự
Thương hai cây sứ dáng gầy gò

20/1/2010

NAY VỀ ĐỜI ĐÃ XANH RÊU

Nay về thăm lại quê xưa
Phất phơ ngọn gió buổi trưa giang hà
Nhớ nàng kiều diễm kiêu sa
Đôi tà khép mở đợi ta ngày nào

Mơ màng còn tưởng chiêm bao
Tình nàng sâu đậm lẽ nào lãng quên?
Hoa bèo tim tím mông mênh
Trôi về đâu tận cuối ghềnh sóng xô?

Chìm trong ký ức mơ hồ
Tan theo bọt nước mịt mờ yên ba
Ơ hờ nghe bản "Tình xa"*
Ai còn ngồi lại, ai là cố nhân?

Ai quyền quý, ai thanh tân?
Ai trôi dạt giữa hồng trần ngược xuôi?
Nay về ôm nỗi ngậm ngùi
Hoang sơ bãi biển, dập vùi nương dâu

Ngày nào nàng bước qua cầu?
Ta như tượng đá âu sầu hắt hiu
Nay về đời đã xanh rêu
Cô liêu đi giữa quạnh hiu quê nhà

2005

**Nhạc Trịnh Công Sơn*

XA QUÊ

(Ảnh Mạng)

Từ ngày xa bến đò yêu
Xa dòng sông Lốt sáng chiều chơi vơi
Xa em ngôn hạnh tuyệt vời
Xa từng kỷ niệm một trời ước mơ

Xa rồi cái tuổi lơ ngơ
Xa chùa Thiên Bửu đêm thơ vui vầy
Xa Hòn Hèo đội mũ mây
Xa mùa hoa gạo hương bay ngát trời

Xa lời ru Mẹ à ơi...
Xa bầu rượu, túi thơ vơi tấc lòng
Xa Đình Miễu đứng chờ mong
Xa Cha Mẹ mãi thắm nồng tình thương

Jun, 2, 2020

MỘNG

Lưu lạc chiều nao mộng mái nhà?
Địa đàng chỉ có em và ta
Tình ca em hát nghe mùi mẫn
Sa mạc anh ngâm thêm thiết tha*
Sáng dạo Hòn Ghềnh nhìn khói phủ
Chiều thăm Dốc Lết ngắm sương pha
Tay trong tay đợi quỳnh hoa nở
Cạn chén dưới trăng tình đậm đà

2020

**Sa mạc: tên 1 điệu ngâm thơ.*

20

TRÔNG VỀ QUÊ CHA

Cả đời chôn chặt với dòng sông
Yêu mến con trâu quý ruộng đồng
Bờ cỏ sáng ra trào nước mắt
Hàng sanh chiều xuống rũ tơ lòng
Cần cù vất vả đôi tay trắng
Ngay thật hiền lương một chữ không
Nghìn dặm xa trông về chốn cũ
Hồn quê lả tả lá thu phong

1996

- Đã được nhạc sĩ LMST phổ nhạc qua tiếng hát Quốc An đăng trên Youtube.

TRÔNG VỀ PHỐ CŨ

(Ảnh Mạng: Chợ Ninh Hoà xưa còn gọi Chợ Dinh)

Ba trăm năm núi lạnh sông gầy
Tân Định âm thầm với cỏ cây
Thiên Bửu tháp buồn hoa gạo đỏ
Lăng Bà bia quạnh lá muồng bay
Nửa đêm Hòn Khói ghe khua động
Một sáng Chợ Dinh nước ngập đầy
Đất khách ngùi trông về phố cũ
Cỏ Xuân se sắt tháng năm chầy

1996

- *Tân Định: tên cũ của Ninh Hoà*
- *Thiên Bửu thượng: ở thôn Điềm Tịnh*
- *Lăng Bà Vú: ở Gò Muồng, thôn Mỹ Hiệp*

ĐI ĐÂU CŨNG NHỚ VỀ QUÊ CŨ

(Thân tặng Nhóm thơ Bát Tiên)

Những tháng ngày tiêu dao dưới trăng
Nghêu ngao bàu vịnh, sống thung thăng
Bỏ ngoài tai chức quyền danh hão
Vui với cỏ cây sương khói giăng
Còn đó Bát Tiên bên chiếu rượu!
Đêm nao Thiên Bửu luận thơ văn?
Đi đâu cũng nhớ về quê cũ
Tình nghĩa tri âm đẹp cánh bằng

Ngày 1/7/2025

KẼO KẸT VÕNG BUỒN

Kẽo kẹt võng buồn dưới mái tranh
'Năm canh chầy thức đủ năm canh'*
Chày kình gõ nhịp vang Thiên Bửu
Đại bác ru đêm vọng Bến Gành
Biền biệt lao tù con vắng bố
Miệt mài binh lửa em xa anh
Gió thu thương cảm niềm cô tịch
Đưa đẩy cành tre lạt dỗ dành...

20/7/2019

**Ca dao*

MƯỜI HAI NHỚ

(Ảnh Trần Mô Bin: Bến đò trên Sông Lốt)

Nhớ trăng quê bến đò yêu
Nhớ đồng lúa chín bóng chiều đầy vơi
Nhớ tình thơ ý cao vời
Nhớ đêm Xuân dệt một trời ước mơ

Nhớ chày kình dưới trăng mờ
Nhớ ao sen trắng trẻ thơ vui vầy
Nhớ ngôi chùa vịnh gió mây
Nhớ vườn cau trổ hương bay ngát trời

Nhớ lời ru Mẹ à ơi...
Nhớ "hai đầu nỗi nhớ" chơi vơi lòng*
Nhớ nàng thơ đứng chờ trông
Nhớ người tri kỷ thắm nồng yêu thương

Ngày 2/6/2020

Nhạc Phan Huỳnh Điểu.

NHỚ XUÂN XƯA

(Ảnh Mạng)

Nhớ xuân xưa nhớ cuộc xoay vần
Nhớ bóng giai nhân dạo phố xuân
Nhớ mái tóc thề mơ nón lá
Nhớ tà áo trắng mộng hương lân
Nhớ lần hò hẹn đêm trăng tỏ
Nhớ buổi chia ly tiếng súng gần
Nhớ kẻ miệt mài nơi khổ ải
Nhớ người lặn lội chốn phù vân

Feb. 10, 2023

MƯỜI TÁM THƯƠNG

(Ảnh Mạng: Áo bà ba)

Thương ngày tháng cũ ở quê
Thương cô thôn nữ đam mê ruộng đồng
Thương nàng nhà ở bên sông
Thương ai giặt áo thường trông phương nầy

Thương tuổi mười sáu thơ ngây
Thương hương bồ kết đắp xây duyên lành
Thương môi hồng trên cỏ xanh
Thương đôi trai gái dạo quanh xóm làng

Thương tháng ba lúa chín vàng
Thương bầy mục tử thổi vang sáo diều
Thương mái rạ khói lam chiều
Thương em hong tóc hiu hiu gió lùa

Thương màu tím sáng rừng mua
Thương hoa bưởi nở trắng mùa cam chanh
Thương sau ngày cưới dỗ dành
Thương tuần trăng mật nơi thành phố xa

Thương trời mưa ướt luống hoa
Thương nàng đóng cửa ở nhà yêu anh

June, 1, 2022

MÙA ĐÔNG

Lá bàng rơi đỏ ối
Tiếng quạ kêu ngoài nội
Đất trời đã vào đông
Mưa phùn gió bấc thổi...

Từ núi rừng xa thẳm
Anh gởi về quê nhà
Một trái tim nồng ấm
Và tình yêu thiết tha...

2020

HỒN GỞI LẠI QUÊ NHÀ

(Ảnh Trần Đình Bằng: Núi Vọng Phu)

Ra đi hồn gởi lại quê nhà
Tán gạo đình làng mùa nở hoa
Khu tháp tiền nhân ngời nét cổ
Mộ phần cha mẹ lắng chuông xa
Sau lưng sừng sững Vọng Phu Thạch
Trước mặt êm đềm Họng Ngã Ba
Nhớ mãi chùa Thiên chìm cõi mộng*
Thương hoài sông Đá chở phù sa

Nov., 2, 2024

*Chùa Thiên Bửu

LÂU LẮM CHƯA VỀ

(Ảnh Trầm Lệ Ý: Tháp Phước Tường, cây gạo,
đình Điềm Tịnh, 1988)

Lâu lắm chưa về thăm cố lý
Mộ phần cha mẹ khói sương pha...
Đầu quay về núi non hùng vĩ
Mặt hướng ra sông nước hiền hoà

Đình miếu hè về thương tán gạo
Từ đường hương hỏa gió mưa sa...
Mả mồ gia tộc buồn hiu hắt
Quyến thuộc mưu sinh nơi xứ xa

Lâu lắm chưa về thăm quê nhà
Nhưng hồn mộng đã đến cây đa
Dòng sông, bến nước, con đò nhỏ
Cùng em lặng ngắm ánh trăng tà

23/2/2024

30

QUÊ NHÀ

(Ảnh BS Phạm Mai Sĩ: Nữ sinh Trần Bình Trọng)

Lâu rồi, tôi chưa về Ninh Hoà
Thăm lại cầu Dinh, thăm phố xưa
Đi hết những con đường nắng lụa
Rộn bướm, vàng hoa, xanh tuổi thơ

Lâu rồi, tôi chưa về thăm trường
Thầy xưa, bạn cũ, tình vấn vương
Cây phượng, hàng dương thời mộng mị
Có con chim ngói gáy đầu tường

Sáng nay Longwood rừng vàng tím
Lòng bâng khuâng nhớ núi Hòn Hèo
Nhớ mây Dốc Lết, trăng Hòn Khói
Và nhớ nàng thơ ở cuối đèo

Chiều trên Key West mây ửng hồng
Xao xuyến thương về một dòng sông
Dòng sông chở lục bình tím ngát
Và Nha Phu đảo nổi, sương lồng

Đêm mưa ngồi nhớ về quê Mẹ
Nhớ con đò nhỏ, nhớ lời ru
Nhớ núi in hình nàng chinh phụ
Bồng con hoá đá, chờ... thiên thu

Oct. 21, 2025

- Longwood: thành phố thuộc quận Seminole, Florida, Hoa Kỳ. -Key West: hòn đảo cực nam tiểu bang Florida, Hoa Kỳ, cách Miami 210 km, cách Cuba 153 km. -Đầm Nha Phu có 7 hòn đảo. -Hòn Vọng Phu nằm trên đường biên giới giữa Đắk Lắk và Khánh Hoà: cao hơn 2,000km.

**Bài này đã được NS Troy Tran đưa vào MV nhạc.*

TRONG MƠ

Trong mơ lại thấy trở về làng
Sông cũ chim bìm bịp thở than
Sương khói lững lờ cây tịch lặng
Mình ta lạc lõng thu phai tàn
Mưa rơi hiu hắt cành phong đỏ
Nắng loá chói chang cánh bụt vàng
Tím thẩm trời chiều trên bến vắng
Gọi đò một tiếng buồn mang mang

1979

MỘNG THẤY VỀ THĂM NHÀ

Nhiều đêm mộng thấy về thăm nhà
Gậy trúc thân ta giờ đã già
Qua bến Bà Đa ghe gối bãi
Gọi đò... Cô lái nhận không ra

Đi từ cuối xóm đến đầu làng
Đi từ sáng sớm đến chạng vạng
Đầu cầu có mấy anh trai tráng
Ra chào "khách lạ" đến thăm làng

Thất thơ thất thểu giữa ta bà
Ghé chùa, cửa đóng, Sư đi xa
Trước chùa có cây me đại thụ
Ta tựa lưng ngồi thế kiết già

Thiền định nhưng tâm ta chẳng định
Nhớ bè, nhớ bạn, nhớ người dưng
Nhớ cha, nhớ mẹ, nhớ tới sáng
Tâm viên cứ chạy nhảy không ngừng

Song thân hồn đã về Tây trúc
Bè bạn phiêu lưu khắp tứ phương
Lê bước... bỗng giật mình thức giấc
Vẫn còn lưu lạc xa quê hương

20/8/2024

QUÊ MẸ ĐÊM TRĂNG TỎ
(Hoạ ý thơ TM)

1
Vầng nguyệt vừa lên sáng tỏ rằm
Sáng trưng Quốc lộ mộng về thăm
Dưới cầu Xóm Bóng ghe thuyền đậu
Trên đỉnh Hòn Khô thiếu nữ nằm*
Kìa vịnh Nha Phu người đối bóng
Nọ đèo Bánh Ít núi mù tăm
Đường về vịnh Gió Mây đi thẳng
Qua núi Phổ Đà đến xứ trầm

2
Trăng Thu vằng vặc sáng đêm rằm
Sáng lạch Cổ Cò thuyền ghé thăm
Giác Hải hồi chuông vang bến nước
Vân Phong tiếng sóng vọng nơi nằm
Rừng dương ướt đẫm sương giăng trắng
Cánh nhạn kêu buồn tiếng mất tăm
Lời Mẹ ru con sầu điệp điệp...
Câu hò kéo lưới giọng trầm trầm...

3
Sáng trăng sáng lộng cả đêm rằm
Sáng tỏ thôn Xuân khách đến thăm
Thơm phức hoa cau bên mái vắng!
Ngạt ngào hương bưởi võng ai nằm?
Ngân vang câu hát tình chung thuỷ
Kẽo kẹt võng đưa đời tối tăm
Điệu lý ngợi ca tình mẫu tử
Tiếng đàn ai nắn nót cung trầm?

Ngày 7/9/2020

**Hòn Khô tức núi Cô Tiên có hình dạng giống thiếu nữ nằm dài xoã tóc.*

TỨ TUYỆT CHỊ VỀ

(Ảnh Mạng)

1 Ninh Hoà
Mai chị về thăm quê tháng chạp
Lên đèo Bánh Ít bấc u u...
Mưa phùn thổi tạt qua hòn Lớn
Ắt thấy tình em đỉnh Vọng Phu

2 Vạn Giã
Chị có về thăm quê Vạn Giã?
Xuống ga "không thật" lòng bâng khuâng
Qua Tu Oa thấy mưa đồng Cọ
Chợt nhớ tình ta đêm ấy... Xuân!

3 Nha Trang
Chị nhớ về thăm phố biển em
Quê hương của cát trắng, môi mềm
Thiên đường của những tình thơ dại
Vạn dặm còn mang theo trái tim

4 Diên Khánh
Chị chắc về thăm sông Cái xưa?
Thuyền nan ngược gió vượt rừng dừa
Qua Thành, thuyền cập vào Thanh, Lệ
Bến nước ngày yêu nhau dưới mưa

5 Cam Ranh
Ngập tràn ký ức xanh Cam Ranh
Vàng rộm tình em trái trĩu cành
Ngọt lịm hồn em đôi mắt chị
Xuân về bán đảo sáng long lanh

6 Phục Sinh
Chị ơi! ngàn quả đời cay đắng
Bỗng hoá bồ đào rực cháy tim
Tình đã phục sinh trong ngục địa
Và Xuân cũng gõ cửa Thiên đường

1999

**Đã đăng tạp chí Văn của NV Nguyễn Xuân Hoàng tại CA.*

NHA TRANG XƯA

(Ảnh ĐTT: Cựu nữ sinh Trần Bình Trọng, 1967)

Mười năm về lại Nha Trang xưa
Ôi! những thuỳ dương, cát trắng, thơ
Cầu Đá âm thầm năm tháng đợi
Hòn Chồng trơ trọi nước non chờ
Biển trời bát ngát xanh suy tưởng
Sương khói mịt mù ngập ước mơ
Ở khoảng nào êm đềm thiện mỹ?
Tình em rực sáng giữa hoang sơ

1982

CÁNH CHIM BẠT GIÓ LẠI QUAY VỀ

(Ảnh ĐTT: Cựu nữ sinh Trần Bình Trọng, 1967)

Mười mấy năm dầu dãi nắng mưa
Cánh chim bạt gió về quê xưa
Nhân ngư đảo tím mờ sương khói
Mắt biển mi xanh rợp bóng dừa
Cửa đóng then cài tên đã đổi
Đèn mờ phố vắng lối mưa thưa
Hòn Chồng kỷ niệm thời thơ mộng
Giờ chỉ còn nghe tiếng gió đùa

Ngày 2/7/25

TRỞ VỀ QUÊ CŨ

(Ảnh Phan Thế Vinh: Cổng làng Điềm Tịnh)

Mười năm lưu lạc lại quay về
Xóm nhỏ đường sông rợp bóng tre
Đình cũ im lìm in tán gạo
Chùa xưa lặng lẽ phủ hoa me
Hai tàn đại thụ trời xanh biếc
Sáu tháp tiền nhân nét vẽ nhòe
Ngồi lại trên cầu nhìn nước chảy
Trôi về đâu đó giữa hồn quê

1981

QUAY VỀ CHỐN XƯA

Mười hai năm buồn lê thê
Cánh chim di đã quay về chốn xưa
Tìm em... biển bắc mù mưa
Mây giăng, khói tỏa, bốn mùa gió giông

Tìm em... thảo nguyên mây hồng
Vọng Phu còn đứng ngóng trông ơ hờ
Nha Phu sương khói lững lờ
Mười hai năm vẫn còn chờ đợi nhau?

Sông Dinh nước chảy qua cầu
Ai gây nên nỗi thương sầu cho ai?
Mười hai năm vẫn miệt mài...
Một lần gặp gỡ yêu hoài ngàn năm

Ngày 15/7/25

THỜI VỤ

Thời vụ nông dân cố gắng cày
Cày chiều, cày sáng, cày luôn tay
Cỏ lùng, cỏ dại tha hồ dập
Ruộng nẩy, ruộng phèn mặc sức phay
Cuốc bẫm cày sâu cây lúa tốt
Thức khuya dậy sớm túi tiền dày
Canh ba gà gáy te te dậy
Có lết, có bò cũng phải cày

Jan. 10, 2023

40

CÀY KHUYA

Lất phất mưa phùn quất áo tơi
Đồng khuya khí lạnh cắt xương người
Đường cày thẳng thẳng đôi vai nặng
Bóng nước nghiêng nghiêng chiếc nón cời
Đầu vạt "dí dò" lưng cóng róng
Cuối bờ "thá dọ" miệng ời ơi...
Mải mê quên đất trời đang đổi
Cò đậu bờ xa, nước chảy xuôi...

1985

TÁT NƯỚC

Tôi mịt mà sao chửa thấy sang?
Em còn tát nước cạnh đồng Chan
Vầng trăng rạng rỡ xuyên rèm lá
Thiếu nữ bâng khuâng đổ dát vàng
Lúa đứng đòng đòng sương ngậm ngọc
Mương đầy sóng sánh ếch tìm hang...
Trăng lên lồng lộng... Hai cô gái!
Cùng đẹp cùng son trẻ rộn ràng

1985

SAU CƠN MƯA

Vừa dứt cơn mưa, áo ướt nhoè
Nắng chiều dội xuống sáng như ve
Trên bờ dưa biển dây đan kín
Dưới ruộng lúa mùa gié trẻ khoe
Anh gánh gánh cà qua đứng nghỉ
Em nhìn đôi mắt mở tròn xoe
Nhà ai vú sữa trồng đầy ngõ?
Cứ đến mùa nam lá đỏ hoe

1984

TRĂNG RẰM

Trăng rước rằm lên sáng ngọn cau
Sáng trưng mái rạ, sáng vườn trầu
Sân vàng uống nguyệt chơi vơi chén
Ao biếc chao mây lóng lánh màu
Ngõ vắng, thôn nghèo, tình thấm đậm
Hồn quê, bạn cũ, nghĩa thâm sâu
Bóng hằng đã xế qua hàng giậu
Gà cũng vừa vang dậy xóm sau

1985

ĐẠO ĐỒNG

Cày lật chưa đầy buổi đã xong
Nghĩ đời làm ruộng cũng thong dong
Sáng ra thăm lúa, chiều xem cảnh
Ngày tưới vun cây, tối ngắm bông
Tình cảm ngập đầy như ruộng nước
Tấm lòng trải rộng tựa dòng sông
Nghêu ngao nay vịnh, mai bè bạn
Khát uống, đói ăn, giữ đạo đồng

1990

ĐẦU NĂM ĐI HÁI LỘC

Đầu năm hai đứa đi hái lộc
Mùng một đôi ta vào lễ Phật
Em mặc chiếc áo dài thiên thanh
Anh cầu duyên mình thành sự thật
Thế rồi định mệnh đã chia ngăn
Để lại đời anh sầu héo hắt
Mỗi sáng nhìn lên bầu trời xanh
Thấy tình em dịu dàng chất ngất

1981

THÁNG HAI

(Thân tặng ca sĩ Phan Thế Vinh)

1
Đến bến Bà Đa nắng muốn chiều
Tháng hai sông Lốt nước trong veo
Dưới sông cát bãi ban thành ruộng
Trên bến cà dưa đãi ngọn leo
Óng ánh đậu xanh gương lí rí
Rung rinh cà tím trái đu đeo
Xa lâu về lại quê mình đó!
Vẫn mái tranh xưa đứng lặng nghèo

2

Như sáng nào đi dưới rặng đào
Tháng Hai trời ngọc. Nắng ôi chao!
Nắng xuyên kẽ lá non mơn mởn
Nắng sấy chùm hoa nhỏ ngọt ngào
Nắng cứ long lanh màu mắt gởi
Nắng như xao xuyến nụ hôn trao
Khi hay chim khướu say sưa hót...
Nắng đậu, cành đan, tình dạt dào

3

Tháng hai trời đẹp quá! Như thêu
Tu hú bên sông ra rả kêu...
Đồng trống bò ù rong trững cái
Trời cao nồm rót vút cao diều
Hoa cau nở ngát, hoa xoài ngợp
Gốc rạ cháy đen, gốc cỏ khêu
Đứng sững! Hòn Hèo xanh tựa mực
Bóng chiều gội gội, nắng phiêu phiêu

1981

MỖI LẦN HOA GẠO NỞ

Mỗi lần hoa gạo nở
Đỏ rực một góc trời
Là lòng anh lại nhớ
Đến người yêu rạng ngời

Tháng ba lúa chín vàng
Hương cau thơm dịu dàng
Bài dân ca em hát
Dòng sông thêm mênh mang

Tháng ba biển trong xanh
Như mắt em long lanh
Thuyền ra khơi lộng gió
Tình mình đẹp như tranh

Tháng ba lại trở về
Chở đầy ắp kỷ niệm
Cho tình thêm mầu nhiệm
Cho đời đẹp như mơ

Ngày 7/3/2022

THÁNG NĂM

Tháng năm đồng lúa đẹp mơn mơn
Lá đứng so le lược sóng vờn
Mút mắt nắng lên đầy xứ lạ
Đầu vườn quả chín lẫn môi hờn
Chị cười như cả mùa sen nở
Nước chảy hồ nghe khúc nhạc chơn
Xa lắc thời gian con cuốc gọi...
Thương ơi! ai kẻ trả giùm ơn

1987

TRĂNG THÁNG NĂM

(Gởi Nhỏ)

1
'Sáng trăng sáng cả đêm rằm'*
Sáng chuyện tình ta giữa tháng năm
Vụng dại anh quên lời gió hỏi
Bâng khuâng em chỉ lá sen nằm
Đôi môi khẽ nói chùm trang nở
Bốn mắt khẽ trao ánh nguyệt đằm
Hương tóc khẽ đưa ngàn sợi gọi...
Nụ hôn đầu cháy bỏng tim câm

2
'Sáng trăng sáng cả đêm rằm'*
Sáng lộng trời cao sáng tháng năm
Sáng rõ bờ mương con ếch nhảy
Sáng trưng mái rạ chỗ em nằm
Anh qua ngõ vắng lòng anh nặng
Em vẫn nằm im mắt lệ đầm
Anh hiểu lời cha khua chối cấm
Tình ta tan vỡ giữa trăng câm
3
'Sáng trăng sáng cả đêm rằm'*
Lúa trẽ màu chia với tháng năm
Đường vắng chân quen đôi thúng gánh
Cây nghiêng người đợi bóng tre nằm
Mười lăm năm gặp lòng xao động
Bốn mắt nhìn nhau giọt lệ đầm
Cũng bởi ngày xưa khe khắt quá!
Sầu chia đôi ngả nụ tình câm

1985

*Ca dao

50

THÁNG MƯỜI

Tháng mười hiu hắt, sắt se lòng
Lất phất mưa phùn thêm gió đông
Thổi suốt đêm trường lạnh rút ruột
Nhưng trái tim nàng vẫn ấm nồng

Tháng mười mưa núi đen trời đất
Nước lũ đỏ ngầu ngập sân đình
Sông Lốt bọt bèo cuồn cuộn chảy...
Nàng vẫn ngồi ghe đi chợ Dinh

Tháng mười vác ghe lên cầu Đỏ
Chặt củi suối Trầu mưa chẳng ngừng
Chiều xuôi sông Cái, ghe đầy củi
Về nhà khơi bếp lửa cháy phừng...

Thời bể dâu, cực khổ gian nan
Vẫn bi tráng chấp nhận thực tại
Đã vươn lên vượt mọi chướng ngại
Giúp gia đình hạnh phúc yên an

1985

TRĂNG THÔN

Sợi nắng còn giăng đỉnh núi xa
Vầng trăng chợt hiện sáng như ngà
Anh còn xịt thuốc ven Sông Đá
Em vẫn thăm câu họng Ngã Ba
Đồng lúa mênh mang sương vội vã
Vườn cây mát mẻ gió la đà
Đêm khuya giọng chị càng buông thả...
Trăng ngập đường thôn ướt lá cà

1981

THÁNG BA

Tháng ba thu hoạch khí trong lành
Mới rạng nghe cười rộn mái tranh
Ruộng lúa ửng vàng sương nhạt nhạt
Bầu trời pha sữa nắng long lanh
Bầy cò trắng nõn yêu cành lão
Đám két xanh non mến lá xanh
Tu hú kêu vang -Mùa gặt mới!
Qua cầu đứng nghĩ thấy thương anh

1982

VƯỜN EM

(Ảnh Mạng)

Trong khi đồng lúa mới cườm cườm
Cả một vườn em chín mật tươm
Vú sữa đầu cành đang tỏ rạng
Bầy ong dưới nắng cứ bay lườm...
Chị qua tóc thả thơm mùi nhãn
Bướm đậu hoa rung mượt canh cươm
Hãy hái đi anh chùm mận đỏ
Tình em thơm ngọt trái xoài hườm

1981

HÀNG TRE NGÃ BÓNG

(Hoạ vận thơ Điềm Ca)

(Ảnh Phan Thế Vinh: Đường vào làng Điềm Tịnh, hàng tre sông Đá)

Hàng tre ngã bóng xuống lòng sông
Màu nắng thiu thiu trải cánh đồng
Chim vịt kêu chiều nghe thót ruột
Con bò lẻ cỏ đã cành hông
Gốc sung đứng nước xoay lòng chảo
Đám sậy nghiêng thân rạp giữa dòng
Chiều xuống buồn len lên lối cỏ
Cò bay lặng lẽ rẽ về đông

1988

ĐÊM HÈ Ở QUÊ

(Họa vận thơ Điềm Ca)

(Ảnh Mạng: hàng cau)

Người ngồi quanh chiếu, điện đầu sân
Trăng vượt hàng tre sáng tỏ dần
Ngào ngạt hương đưa tình quyến thuộc
Nồng nàn rượu thấm nghĩa hương lân
Sương đẫm lá chuối đêm thanh tĩnh
Trăng ướt tàu cau bóng thuỷ ngân
Sâu hút đường thôn vườn óng ả
Khuya lơ câu chuyện cứ vang rần

1990

THĂM BẠN

Trưa hè lạch cạch đến Điềm Ca
Nhà vắng lâu ngày bạn với ta
Cạn buổi câu thơ bàn chửa đã
Tàn đêm cốc rượu cứ đầy ra
Luận bàn lắm lúc cười ha hả
Đối ẩm nhiều khi hối nã nà
Mê mải nào nghe gà giục giã
Bước ra trăng đã xế hiên nhà

1988

ĐƯA BẠN

(Gởi ĐC)

Lỡ đêm đưa bạn một thôi đường
Thôn xóm nghe yên tĩnh lạ thường
Sông tối cầu xây vầng nguyệt lạc
Người đi xe dắt sợi lòng vương
Ngọn đèn leo lét còn thao thức
Giấc mộng xa xưa được tỏ tường
Hai chục năm trời tình bạn cũ
Lạc loài nay gặp giữa văn chương

1988

LÀNG QUÊ

1
Mười năm xưa sống ở nơi đây
Êm ả làng quê, mới lạ ngày
Những ngõ chiều lên thơm dủ dẻ
Bao màu giêng lén tím bìm mây
Trắng qua hoa muống, chim chim nở
Động ở lan can, se sẻ bay
Dễ có đêm nào cau nở muộn?
Vạc kêu lại vắng lặng hiên Thầy

2
Mười năm về sống ở nơi đây
Quạnh quẽ thôn trang, lặng lẽ ngày
Trơ trọi giữa trời thân phận nguyệt
Nổi chìm trên biển cảnh tình mây
Hồ trăng lộng sáng lòng chưa tỏ
Lũng núi u mờ nhạn ngửng bay
Khuya khoắt đêm tàn, xuân đã muộn
Rượu đầy. Ai cạn ý tâm thầy?

1980

TẮT NẮNG

Tắt nắng, sương mờ trắng xứ xa
Đầu non còn đọng chút chiều tà
Con bò về muộn chân khua nhịp
Đống trấu mới un khói toả ra...
Trước mặt, cánh đồng thơm ngát nhuỵ
Đầu đường, dủ dẻ thoảng hương hoa
Gánh rau em gánh cong đòn gánh
Anh hiểu tình em rất đậm đà

1986

60

BÓNG EM

(Hoạ vận thơ Điềm Ca)

Trên cánh đồng trưa một bóng em
Nhà ai lặng, nắng đổ bên thềm
Lom khom giữa ruộng, tay rau dại
Lúi cúi bờ mương, cọng cỏ mềm
Giỏ gánh lưng lưng, bò gặm đỡ
Cò theo lẽo đẽo, bước sầu têm
Đời xuân em đợi trong mòn mỏi
Hờ hững nghe bò nhại cỏ... Đêm!

1990
(Trích thi tập Ngàn Hương, 1994)

TÌNH EM

Hôm qua em đợi... Anh không đến
Anh thức thâu đêm đuổi vịt trời
Mưa nhẹ, ruộng bày, mương xấp xấp
Đồng xa, trăng lặn, nước vơi vơi
Tiếng chuông oà vỡ run miền tục
Gà xóm thét sôi hốt phận người
Chân lạnh, anh ngồi châm thuốc hút
Tình em hiển hiện sáng muôn nơi

1982

NGÀY MÙA

Quảy gánh đi thu hoạch lấy công
Ngày mùa, trai gái đổ ra đồng
Việc làm tất tả từ sương sớm
Cơm nước no nê lúc rạng đông
Cắt lúa rảo rào tay phụ nữ
Đập bồ rầm rập sức đàn ông
Mồ hôi nhễ nhại trên lưng áo
Thành ngọc, thành thơ dệt nắng hồng

1982

CƠN MƯA RÀO TẠNH

(Hoạ vận thơ Điềm Ca)

Cơn mưa rào tạnh, nắng trong ngần
Thắp sáng tàn cây ở cuối sân
Cu gáy bên Mù U háo hức
Chị nhìn phía Núi Vọng bâng khuâng
Vườn cam sũng nước, hương cau ngót
Xứ bạn xa mờ, ngọn khói dâng
Tiếng nhạc nhà bên dường sống lại
Một thời son trẻ cứ lâng lâng

1990

ƯỚT ĐẪM VAI ÁO

Ướt đẫm vai áo, hạt mưa sa
Dứt trận mưa mây mấy xóm nhà
Vạt nắng giăng nghiêng triền núi trọc
Cầu vồng rực rỡ góc trời qua
Lúa thì con gái xanh mơn mởn
Tuổi độ tròn trăng đẹp mặn mà
Anh đứng chờ em trên Đất Lớn
Lắng nghe em nói, giọng hiền hoà

1985

RA ĐỒNG SỚM

Sao mọc hừng đông bỏ cỏ bò
Bình trà điếu thuốc quên phiền lo
Cái cày, cái quải vai mang nặng
Tay cuốc, tay roi, miệng dí dò
Gà xóm thét sôi bên lối vắng
Chuông chùa đã điểm dưới trăng mờ
Cộ, Phèn cất bước ra đồng sớm*
Mùa cấy cày vang vọng tiếng hò...

1985

**Cộ, Phèn: tên đôi bò cày.*

CHÂN DUNG TỰ HOẠ

Cõi thế đúng là “nhược đại mộng”*
Một ngày bằng bốn mươi lăm năm
Con sinh hiếm muộn tay còn ẵm!
Bè bạn xa xăm ai đến thăm?
Chén rượu khề khà già lẩm cẩm
Cuộc cờ trễ nải trẻ lầm bầm
Bài thơ lạc vận đêm thao thức
Mới tháng năm trời đã lạnh căm

1989

**“nhược đại mộng” thơ Lý Bạch*

THƯƠNG EM

(Ảnh Phan Thế Vinh: Đồng ruộng Điềm Tịnh, 2022)

Theo nước ban đêm mát rợi người
Sổ Sông, Biền Cát, một mình tôi
Vầng trăng mười sáu như lên sớm
Mã lúa hai mươi tốt phả rồi
Vạn vật bừng lên ngàn sức sống
Tình yêu gọi mãi ở muôn nơi
Thương em độ tuổi xuân xanh ấy
Chờ đợi cô đơn lỡ một đời

1985

BÔNG GIẤY

Giữa vườn non bộ, kiểng, bon sai
Bông giấy bảy màu hôn nắng mai
Chung thuỷ bốn mùa hoa nở suốt
Âm thầm nửa tháng sắc tươi hoài
Cánh hoa mảnh mảnh mang hồn giấy
Cành lá xương xương ẩn chí trai
Có những cuộc đời bình dị quá!
Nhưng tình lại đẹp nhất trần ai

1990

SỨ ĐỎ

Sứ đỏ! nàng hoa quý của ta
Trông em duyên dáng đẹp dần ra
Tay hoa mềm mại dài thon thả
Cành lá xinh xinh óng mượt mà
Em đứng trên thềm ngây ngất gió
Em chờ giữa hạ đỏ bừng hoa
Thân em lồ lộ tràn sinh lực
Nồng nhiệt tình xuân ý đậm đà

1990

70

CHỜ EM

Hàng bạch đàn cao vút vệ đường
Chờ em, con nước cuộn đầu mương
Hôm qua em mặc bà ba trắng
Nón tóc em bay nắng dịu hiền
Anh hiểu tình em cây trái chín
Anh yêu đôi mắt ánh gương in
Nụ cười như thể thiên thu vỡ
Mở cửa đời anh nhấc bổng lên

1988

LỤT

Sáng mở mắt ra nước trắng đồng
Thôi rồi của cải của nhà nông!
Một vùng lúa trổ tăm tăm cá
Mấy lớp đậu xanh tuốt luốt bông
Giữa vụ mì lang đâu để sống?
Cuối mùa thuế khoán lấy gì đong?
Tháng giêng, trời chẳng thương người khổ
Áo rách giơ lưng đứng giữa đồng

1990

CHIỀU QUÊ

Chiều lên rất nhẹ ở thôn ta
Trông ở phương trời, nhớ ở xa
Con sáo sang sông, hoa gạo gọi...
Cọng răm nứt tược, ngọn nam qua
Hàng cau thắp sáng in trên nước
Thiếu nữ choàng rau trở lại nhà
Đất Lớn, Tiền Hiền thân thuộc quá!
Chiều đi mỗi phút mỗi bao la

1982

RA ĐI TỪ SÁNG SỚM

Ra đi từ sáng sớm
Nửa buổi trời nóng hầm
Lúa gánh vai trở nặng
Mồ hôi áo ướt đầm
Đình làng là kho lẫm
Gốc gạo phơi tháng năm
Tim vẫn hoài mơ ước
Mong đời thôi tối tăm

1982

SAU LUỸ TRE

Từ đời ông nội đến đời cha
Cho chí đời con nay vẫn là
'Chân lấm tay bùn' ôm gốc rạ*
'Bữa no bữa đói' cậy cây cà*
Đi đâu cũng nhớ ngôi làng cũ
Lưu lạc càng thương tán gạo già
Sống giữa một tình quê đẹp lạ!
Lũy tre, đình cũ, ánh trăng xa

1991

**thành ngữ*

THEO NGHIỆP MẸ CHA

Mười năm lăn lộn chốn phù hoa
Nay trở về theo nghiệp mẹ cha
Những buổi cấy chiều đông rút ruột
Bao mùa cày sáng bấc se da
'Thức khuya dậy sớm' thương dưa muối
'Cuốc bẫm cày sâu' nhớ mắm cà
Chiều xuống, mặt trời vừa gác núi
Rộn ràng kiểng đánh dậy thôn ta

1980

- Trong ngoặc đơn là thành ngữ.

ĐƠM SA

Xuống sa vớt rác, nước rầm rì
Hoà nhập vào đêm tiếng diệu kỳ
Chạng vạng ra ngồi nghe cá xuống
Nửa đêm sực dậy thấy sao di
Bữa kia bấc thổi trời hay động
Hôm nọ phùn bay cá chẳng đi
Nước lạnh thâm xương lờ lững chảy
Con sông như có cảm tình gì?

1983

BẠN TA

Bạn ta có đứa là Cử nhơn
Thất nghiệp nằm nhà buồn cô đơn
Gà gáy canh ba nhen bếp lửa
Chiều về phụ vợ gánh hoàng hôn

Bạn ta có đứa là Thầy giáo
Chiều sáng "tháo giày" làm đủ nghề
Chuyển vào thành phố con thành đạt
Giúp vợ bán buôn sống phủ phê

Còn ta theo nghiệp của ông cha
Nghêu ngao bàu vịnh thích thơ ca
Nhận bình xịt thuốc ăn công điểm
Tà tà trên những cánh đồng xa

Ngày 4/7/25

CON MUỘN

(Gởi Hải Dân, Hải Sơn)

(Ảnh ĐTT: Hai con trai của Vinh Hồ)

Cha già, con muộn, cảnh chơi vơi
Sợi tóc trong gương đã bạc rồi!
Võng đẩy võng đưa cà kẽo kẹt
Con ngoan con ngủ ạ à ơi
Mẹ còn đứng lớp bao lo nghĩ
Cha bận làm nông mấy thảnh thơi
Mai mốt lớn lên, cha mẹ nếu...
Con ơi! siêng sắn để nên người

1984

- Trích thi tập Ngàn Hương, 1994

Phần 2
THIÊN NHIÊN & ẨN DẬT
69 bài

(Ảnh Mạng)

ẨN DẬT 1

Đường vô Lỗ Gáo là đây!
Hai bên hoang vắng, rừng cây ngút ngàn
Đường qua Suối Trầu, Suối Ngang
Hồ xanh, cò trắng hàng hàng phiêu du...

Đường lên Bến Khế, Hòn Dù
Bốn bề mây phủ, đá xây tầng tầng
Ngã ba rừng đứng bâng khuâng
Con chim bói cá ném thân xuống hồ

Khướu vừa cất tiếng líu lo...
Nhạc rừng òa vỡ thơm tho hương rừng
Ngập tràn ánh nắng đương xuân
Mừng ta nhập cuộc vui cùng khói mây

Đất trời, non nước, cỏ cây
Bạn cùng chim chóc tháng ngày ung dung
Sáng vào rừng trúc vẫy vùng
Nâng niu từng búp măng rừng như con

Trưa qua cầu khỉ chon von
Bên kia thác dội, hai hòn núi cao
Chiều ngồi ngắm trận mưa rào
Gõ trên đọt sấu dạt dào ý thơ

Tối về nằm sạp tre ngô
Nực cười thế sự, cuộc cờ ảo hư
Luân hồi, quả báo, chân như
Trần gian ảo mộng thiên thu kiếp người

Đêm từng đêm giữa đất trời
Bốn bề tịch lặng, núi đồi hoang sơ
Một ta trong cõi sương mờ
Một ta giữa mái tranh thơ bần hàn

Một ta giữa chốn hỗn mang
Một ta tĩnh tọa tâm an đạo thường
Mơ hồ từng chiếc lá buông
Cọ nhau xào xạc bên truông tre ngà

Cọp ngồi rình suốt canh ba
Trăn nằm tròn cuộn chờ ta khuya tàn
Gà rừng xao xác gáy ran...
Bình minh ló dạng, sương loang trắng rừng

Đường vô Tà Gộc mịt mùng
Thác Yang Bay, Suối Đá Giăng, còn dài...
Đường ra mờ dấu chân nai
Dưới cây chò, bóng ngã dài, chòi ai?

Theo vần thơ của Ức Trai
'Tìm mai đạp nguyệt' xa đời phù hoa
Xa tiếng kẻng, xa ta bà
Một mình, một cõi yên hà tự do

Trồng khoai, cấy cải, gieo ngò...
Sáng đồi dưỡng tánh, trưa hồ tĩnh tâm
Bên tai, suối thế đàn cầm
Sau lưng, vượn hạc tình thâm láng giềng

An bần sống giữa cảnh Tiên
Xưa thân mai cúc, nay quen khướu rùa
Ngâm nga có sẵn vần thơ
Nghêu ngao có cả bốn mùa gió trăng

Tu tâm kìa Bụt là lòng
Lòng không chút bợn như dòng suối chơn
'Nghèo cho sạch, rách cho thơm'
An nhiên thị hiện lòng nhơn đâm chồi

Thái bình về khắp nơi nơi
Niết Bàn trong cõi luân hồi là đây!

1982

Làm tại Lỗ Gáo, Ninh Hoà, Khánh Hoà, gồm 58 câu.

- An bần lạc đạo (thành ngữ)
- Tìm mai đạp nguyệt (thơ Nguyễn Trãi)
- Nghèo cho sạch rách cho thơm (tục ngữ)
**Bài này đã được NS Troy Tran đưa vào MV nhạc.*

80

ẨN DẬT 2

Chiều nao qua bến Cây Sung
Hòa Sơn tím ngắt một vùng hoang vu
Bên này Hòn Thượng sương mù
Bên kia Giồng Cốc khói thu vẽ thành

Giữa rừng núi, một chòi tranh
Một mình, một cõi năm canh ngáy khò...
Bạn cùng tùng, trúc, hạc, cò
Bước cao, bước thấp, tự do khôn cùng

Chiều nao qua bến Cây Sung
Nhập vào mây khói, hòa cùng thiên nhiên
Trăng lên đủng đỉnh chiếc thuyền
Hàng cây yên giấc, đàn chim cựa mình

Sông sâu, một bóng, một hình
Đôi bờ cô tịch tâm tình cùng ta
Lắng nghe sương khói giang hà
Nửa đêm thiền định, chiều tà nghêu ngao

Đêm hư huyễn, ngày chiêm bao
Hoa bằng lăng tím xanh xao nỗi buồn
Cám ơn rừng núi Hòa Sơn
Đã cho ta những trái sim tím lòng

Cám ơn sông Lốt xanh dòng
Đã cho ta tách trà phong lan rừng
Chiều nao qua bến Cây Sung
Ta nhìn ta, bóng lung linh hao gầy

Rừng già lớp lớp khói mây
Lắng nghe vượn hú trên cây sao buồn
Hoẵng kêu, cọp rống, voi hờn...
Rõ từng tiếng sói cô đơn gọi đàn

Đại ngàn hoang mạc hòa tan
Trong ta tịch tịnh, tâm an mở bừng
Chiều nao qua bến Cây Sung
Sống đời ẩn dật, vui cùng cỏ cây

Bao năm, bao tháng, bao ngày
Ngoài vòng cương tỏa, áng mây giữa trời

3/1991 (34 câu)

- Làm tại Hòa Sơn, Ninh Hòa, Khánh Hòa.
**Bài này đã được NS Troy Tran đưa vào MV nhạc.*

ĐI TỪ TỜ MỜ SÁNG

Đi từ tờ mờ sáng
Vượt thảo nguyên cánh đồng
Qua núi rừng sông trảng
Hỏi thăm nhà phía đông?
Bên hông dòng suối bạc
Trước mặt khu rừng thông
Tiếc chủ nhà đi vắng
Theo vầng mây bềnh bồng?

1990

TRƯA ĐẾN GẦN CHÂN ĐỒI

Trưa đến gần chân đồi
Hỏi thăm? -Nhà kia thôi!
Trước nhà con suối trúc
Sau thác dãy đá vôi
Phòng khách treo câu đối
Bàn thiên thờ đất trời
Chủ nhà lại đi vắng
Trong núi gà gáy sôi

1990

LÊN NÚI RỪNG CHĂN DẮT

Lên núi rừng chăn dắt
Suốt ngày theo chân bò
Sáng ngồi bên suối trúc
Chiều xuống tận đồi ngo
Trảng lớn chim cò gáy
Sông sâu vượn khỉ ho
Thương rừng núi vạn vật
Trân quý từng gốc chò

1988

AN NHIÊN TỰ TẠI GIỮA HOANG SƠ

Lỡ thầy lỡ thợ người lơ ngơ
Của ruộng đắp bờ sống vất vơ
Tiếng kẻng sáng trưa chiều giục giã
Ngọn đèn dầu hột vịt lu mờ
Kia Hòa Sơn, Lỗ Bèo, Giồng Cốc
Nọ Đá Dựng, Hòn Hấu, Suối Mơ
Ngày ấy ta lên tận Lỗ Gáo
An nhiên tự tại giữa hoang sơ

1994

CÕI NGƯỜI

(Ảnh VH: Vinh Hồ tại Đà Lạt, 1972)

Từ chốn Thi Tiên ghé cõi Người
Ngao du sơn thuỷ một vài nơi
Miệt mài mê mải quên ngày tháng
Chớp mắt đã hơn tứ thập rồi!

Trần gian cảnh đẹp quá đi thôi!
Giai nhân mỹ nữ sắc hương trời
Mày ngài mắt phượng hồn thu thuỷ
Khiến trái tim sầu mộng khôn nguôi

Ham vui ta cứ mãi rong chơi
Lối mộng cùng tri âm sánh bước
Lên thuyền độc mộc nhìn sông nước
Làm thơ soạn nhạc ngắm mây trời

1989

LẶNG NGẮM THIÊN NHIÊN

(Ảnh VH: Vinh Hồ tại Đà Lạt, 1972)

Cùng em về với thiên nhiên
Âu lo trút bỏ, an yên sáng chiều
Dạo chơi trên đảo Tình Yêu
Non bồng nước nhược mỹ miều tiên nga

Biển trời sương khói mờ xa
Quyện hoà làm một bao la nhiệm mầu
Dẹp phiền muộn, ném sầu đau
Tâm hồn thư thái rượu bầu túi thơ

2024

CHIỀU HẠ TÍM

(Ảnh VH: Vinh Hồ tại Sài Gòn 1971)

Chiều hạ tím đã đưa ta đi dạo
Trời đất mênh mông, én liệng, oanh chào
Xa xa từng đợt sóng biển dâng trào
Hôn lên bờ cát mịn màng, êm ả

Trên lối phượng hồng, giai nhân thư thả
Từng đôi uyên ương sánh bước bên nhau
Vòng tay thiên nhiên xua tan niềm đau
Ghế đá công viên chờ người trong mộng

Trên cánh buồm vàng ngoài khơi gió lộng
Những cặp tình nhân tha thiết bên nhau
Bao nỗi sầu theo bọt sóng tan mau
Lòng thanh thản, nhẹ tênh, như cánh vạc

Đời đẹp quá! bên tai ta biển hát...
Bản tình ca vang vọng từ xa xăm
Ta lắng nghe lời của gió thì thầm...
Em hiện hữu, ánh chiều lên tím ngát

Trái tim ta hoài cô đơn, đói khát
Cám ơn em đã đến đẹp kiêu sa!
Tình yêu nồng nàn, son sắt, thiết tha
Chỉ một cái nhìn, suốt đời thương nhớ

Oct. 28, 2025

***Bài này đã được NS Troy Tran đưa vào MV nhạc.*

BỨC TRANH HOÀ SƠN

(Gởi ĐVC ở Hoà Sơn)

Hôm đến Hoà Sơn ghé thăm anh
Một vùng trời đất trải màu xanh
Mồ hôi muối mặn hoà nương rẫy
Trái bắp củ khoai kết thị thành
Đi mãi đồi qua rồi núi tiếp
Lội hoài suối bọc lại sông quanh
Vác xe qua bến nhìn mây quạnh
Gió vẫy rừng, chim vẽ bức tranh

1989

NẮNG XUÂN

(Ảnh Mạng)

Bên kia Hòn Thượng nắng lên rồi!
Giồng Cốc cũng bừng nắng khắp đồi
Ngàn vạn cây cành vùng thắp sáng
Trăm muôn chim chóc trỗi ca vui
Rộn ràng ong bướm vù vù gọi
Ngây ngất hương hoa gợi gợi mời
Khi phía đông trời toàn dát bạc
Tình xuân tỏa chiếu nắng ùa tươi

1990

90

TÌNH XUÂN

Rừng Xuân óng ả sông Xuân xanh
Đánh thức tình ta giữa lá cành
Lối cúc đi tìm hương bén áo
Ngõ quỳnh ngồi đợi trống cầm canh
Làn môi căng mọng nhàu chăn chiếu
Ánh mắt đa tình đốt ảnh tranh
Sức sống dâng tràn tim chất ngất
Gió Xuân lay động bức mành mành

1991

RỪNG XUÂN

Mưa tạnh, trời quang, dáng núi gầy
Rừng xuân trẻ lá, nắng xuân rây
Bằng lăng nở rộ đường lên rẫy
Chim khướu hót tràn ngả bứt mây
Chị hái chùm hoa sim tím tím
Em lau vầng trán má hây hây
Hương rừng đọng lại đôi môi khát
Hương đất hôn lên mái tóc đầy

1991
(Trích thi tập Ngàn Hương, 1994)

VUI CÙNG CÂY CỎ

Buông bỏ trở về với cõi Thiền
Vui cùng cây cỏ ngắm điền viên
Nghêu ngao bàu vịnh thương Khương Thượng
Chiêm ngưỡng sơn lâm nhớ Bát Tiên
Đi gió, về mây, hồn tự tại
Ngâm hoa, vịnh nguyệt, tâm an nhiên
Có em đời đẹp như trong mộng
Ngày tháng bên nhau quên não phiền

Ngày 9/2/2019

HOÀ SƠN CÓ PHẢI LÀ THIÊN THAI

Hoà Sơn có phải là Thiên Thai?
Xuân đến không then khóa cửa gài
Có "bái mai hoa" Cao Bá Quát
Có "hoa xoan nở" Nguyễn Ức Trai
Có "gian nhà cỏ" thơ Yên Đổ
Có "bụi mưa" bay nơi Láng Dài
Có cúc núi nhìn hoa biết Tết
Có bè có bạn chật trong ngoài

1994

TÂM SỰ TỐ NHƯ

Một niềm tâm sự sâu thăm thẳm
Một ánh sao cô độc giữa trời
Buổi loạn lạc ba chìm bảy nổi
Cảnh triều nghi dở khó dở cười
Cuộc tình đứt đoạn duyên trơ trẽn
Khí phách kiêu sa phận tả tơi
Ai hiểu hết tài hoa mệnh bạc?
Tiếng kêu đứt ruột của con người

1991

VŨNG ẢO

Mười mấy năm trời trong vũng ảo
Lạc loài chân bỡ ngỡ bơ vơ
Người quen hoá lạ cây thành tượng
Tình cũ vùi quên sóng vỗ bờ
Nước lũ, bờ tràn chân đất sụp
Ga không, đường thẳm đỉnh sương mờ
Chiều nghiêng nhạt nắng cây sao đứng
Một cánh chim bay lạnh cõi thơ

1992

CẢNH SẮC HOANG SƠ

Ngỡ ngàng trước cảnh sắc hoang sơ
Bên suối vườn em đẹp sững sờ!
Chín bói trên cành xoài ổi nhãn
Vàng mơ dưới lá bưởi cam bơ
Chiều về đàn sáo vui ca hát
Tối đến tri âm xướng hoạ thơ
Vạn vật bừng lên ngàn sức sống
Hồn ai bay bổng lạc vào mơ?

Ngày 7/2/2019

ĐÔNG BUỒN

Như người xuân hết lại sang hè
Rồi đến mùa đông buồn não nề
Tre, trúc cũng gầy trên hốc đá
Trắc, hương còn lạnh dưới bờ khe
Đầu non cú, cuốc kêu buồn bã
Bên suối phượng, công múa xún xoe
Tháng lụn, năm tàn, em chẳng tới
Lá bàng rơi rụng giữa hồn quê

1989

VỀ VỚI MẢNH VƯỜN

(Ảnh ĐTT: Đoàn Thuỷ Tiên tại Đà Lạt, 1972)

Giũ áo quay về với mảnh vườn
Có em ngày tháng ngập yêu thương
Đỏ âu chùm vải đong đưa gió
Trắng muốt hoa ngâu ngan ngát hương
Oanh yến rộn ràng chờ nắng hạ
Phượng loan nhộn nhịp đợi tà dương
Địa đàng có thật, tình chan chứa
Đời đẹp như mơ vương khói sương

Ngày 8/2/2019

ĐỨNG TRƯỚC VƯỜN EM

1
Em còn hái trái mơ hiên tây
Đứng trước vườn em sương lạnh đầy
Nọ mãn đình hồng chúm chím nụ
Kia chim oanh vũ hót vang cây
Lộc vừng nở đợi giờ kỳ ngộ
Trúc tím đan chờ duyên ngất ngây
Từng giọt dương cầm rơi lãng mạn
Chén quỳnh chưa cạn đã say say

2
Bùa mê thuốc lú vào vườn em
Hồn lạc phách xiêu đứng trước rèm
Dòng suối thơm tho mê mẩn ngắm
Ngọn đồi xinh đẹp tịnh yên xem
Bức tranh lập thể phô đường nét
Vũ khúc nghê thường lộ áo xiêm
Chết lịm hồn thơ và ý nhạc
Rượu tình chưa uống đã say mèm

Ngày 12/2/2019

100

ĐỘC ẨM

Mới hai ly rượu đã ngà ngà
Trại vắng, rừng hoang, chỉ một ta
Gió thổi ào ào đâu bến miễu
Cây khua rắc rắc lối rừng già
Buổi trưa chẳng biết là trưa mấy?
Trời tối không hay đã tối ha?
Nước chảy mịt mùng hoa khế rụng
Đêm dài. Ai mới nói? Xuân qua

1993

TRẠI XUÂN

Chờ đợi vu vơ một bóng người
Bâng khuâng trại vắng gió xuân cười
Hoa mai vắng bặt, rừng trơ trọi
Cây trúc không còn, suối lẻ loi
Đi hết ngọn đồi, đồi trọc trụi
Ngồi lì trên đá, đá dô doi
Dưới kia thác nước gầm phun khói
Ba chú nai ngơ! chẳng bóng người

1992

SAY

1
Một mình một cõi sống phây phây
Giữa núi giữa rừng rượu cứ say
Lúc quạnh, nghe lời thơ tiếng nhạc
Khi buồn, nhìn sóng nước trời mây
Sáng lên đỉnh núi ngồi thiền định
Chiều xuống thuyền nan dạo đó đây
Hòa nhập vào thiên nhiên vũ trụ
Vui cùng nội cỏ với ngàn cây

2
Làm rẫy làm nương rượu vẫn say
Say đi quên hết tháng cùng ngày
Xua tan thế sự vào men rượu
Đổ trút chuyện đời trong vỏ chai
Bao vỏ chai xếp hàng ngang dọc
Những sư đoàn khét tiếng một hai
Cái đêm hôm ấy ta say thật
Tay bị trói gô, súng nổ dài...

3
Trên đồi sim cỏ hoa sum vầy
Dưới túp lều tranh vui tháng ngày
Bằng hữu gặp nhau thơ xướng họa
Thi nhân họp mặt rượu vơi đầy
Bỏ ngoài tai thị phi phiền não
Giữ tấm lòng trong sạch thẳng ngay
Giữa cõi ta bà không dính mắc
Như dòng suối chảy, như mây bay

4
Tím thẳm rừng đồi ta đã say
Say nhân say đạo rượu không say
Đêm dài đối ẩm: người cùng bóng
Ngày ngắn chuyện trò: ta với cây
Trước trận gió đông trời biển lặng
Sau cơn mưa hạ nước non bày
Thuận theo trời đất theo mây nước
Cuối nẻo bồng lai cánh hạc bay

1991

AN BẦN LẠC ĐẠO

"Gặp thời thế thế thời phải thế"
Đọc chuyện xưa đâu có khác nay
Tịch tịnh y uyên dòng suối bạc
Tự do khoáng đạt mây ngàn bay
Rừng lan suối trúc chim ca hát
Thơ túi rượu bầu ta cứ say
Nước nhược non bồng chân rảo bước
An bần lạc đạo chân như bày

1990

TA CỨ SAY VÀ SƯƠNG CỨ LOANG

Dưới mái tranh thơ giữa núi ngàn
Rượu tình rượu nghĩa mãi đầy tràn
Thắng-thua đắng chát ly bia đắng
Còn-mất tàn theo khói thuốc tàn
Tốt chửa nhập cung, bồ bỏ chạy
Xe chưa chiếu tướng, sĩ đầu hàng
Gió thu hiu hắt trăng thu xế
Ta cứ say và sương cứ loang

1991

SÔNG ẤY

Em ở đầu sông, chị cuối sông
Mười năm không gặp nhớ bềnh bồng
Hòn Hèo nơi chị nhiều mây trắng
Núi Thượng chỗ em ít nắng hồng
Sáng đứng trên Giồng Cô Bốn ngắm
Chiều ngồi dưới Thác Kênh Kênh trông
Sông Dinh, Sông Lốt, tên sông ấy
Ai đặt chi hai để nặng lòng?

1989

ĐÊM DÀI

Lên rẫy lâu lâu lại nhớ nhà
Hết nằm lại dậy bước chân ra
Thân tàn muỗi núi bu như đỉa
Xó tối chuột khe túc tựa gà
Chốc chốc chiếc sao băng lóe sáng
Thình lình tàu chuối lật quay qua
Âm u tiếng cuốc... rừng hoang lạnh
Đêm cứ dài ra vạn bóng ma

1988

ĐÊM RỪNG

Khuya lắm! Cũng không biết mấy giờ?
Sạp tre, chòi rạ, ngọn lu lơ
Một người chẳng ngủ hay tằng hắng
Mấy tốp đi săn cứ hụi hờ
Bên cửa muỗi bầy kêu óng óng
Ngoài sân chuột lũ chạy ngờ ngờ
Ễnh ương, ếch, nhái, trăm trăm tiếng
Náo động màn đêm, bể mái thơ

1990
(Trích từ thi tập Thơ Vinh Hồ, 1999)

**Du Tử Lê có trích dẫn thơ bài này.*

TRĂNG RỪNG

Ta nằm bốn phía núi xôn xao
Trăng giữa rừng huyền ảo biết bao!
Trăng sáng mờ mờ xanh sắc khói
Sương chìm lạnh lạnh tỏa bờ sao
Trời cao lồng lộng cây rừng đứng
Đất lõm âm u tiếng thú gào
Bỗng tiếng chim heo kêu quéc quéc
Dòng sông lặng lẽ rẽ phương nào?

1989

VŨ TRỤ CÔ ĐƠN

Kể từ chân ghé đến Hoà Sơn
Thấy núi càng thương, suối đổi hờn
Cảnh khổ núi non thành núi trọc
Đời nghèo chân cứng đá thì mòn
Rừng đàn, suối hát, nằm trăn trở
Vượn hú, chim kêu, ngủ chập chờn
Lại có những đêm yên tĩnh lạ!
Người hoà vào vũ trụ cô đơn

1989

110

KHÚC CA LÀM RẪY

Đứng nhìn mẫu ruộng dở liền bờ
Nước ngập tràn mương tưởng giấc mơ
Trái đậu, quả cà ngàn nốt nhạc
Vồng khoai, hàng chuối những câu thơ
Tấm tranh, nuộc lạt thân ghê nhỉ?
Viên đá, cây hoa đẹp thế cơ!
Hương lúa, hương rừng ngan ngát trại
Tự do, của cải, hả ha hờ...

1991

NGHÉ HƯỜNG

Tay cầm giỏ cỏ chạy bươn bươn
Bò mẹ vừa sanh được nghé hường
Mẹ liếm lông con thương mỗi sợi
Con tìm vú mẹ húc ba sườn
Nay đi theo mẹ trên bờ cỏ
Mai đỡ đần ta dưới ruộng nương
Cái chú nghé Hường ưa nhảy nghịch!
Móng, đuôi, mi, mắt, cứ hường hường

1992

TRỞ LẠI HOÀ SƠN

Đến bến cây Sung hoa rụng đầy
Hoà Sơn lành lạnh mây bầy bầy
Vác xe qua nước tuôn khe đá
Huýt sáo nhìn chim hót ngọn cây
Sông Lốt xanh dòng thương biết mấy!
Đá Bàn tím núi nhớ khôn khuây!
Rừng chiều sương xuống càng hư ảo
Có phải Thiên Thai là chốn nầy?

1995

ĐẾN THĂM, BẠN VẮNG NHÀ

Đến thăm kinh tế mới Hoà Sơn
Vượt núi, băng sông, đường trợt trơn
Trâu Đụng, Kênh Kênh: thác nước xoáy
Đá Bàn, Giồng Cốc: núi mây vờn
Vác xe qua suối, chim cò gáy
Lội nước băng sông, tre trúc đờn
Nhà vắng ra chào chỉ có chị
Và hai con nhỏ cảnh neo đơn

1988

CHÒI TRANH TIẾP BẠN

(Tặng Điềm Ca)

Đường lên, xe dắt, với quần xăn
Suối lội, sông băng, biết nhọc nhằn
Lộ hoá ra mương bùn ọp ẹp
Núi găng thành rẫy đá khô cằn
Chòi tranh tiếp bạn đêm không ngủ
Thơ rượu xoáy lòng chuyện chẳng ngăn
Trên sạp bạn nằm ho húng hắng
Ngoài trời sương lặng, muỗi ăng ăng

1988

THI CẢM

Quạ kêu, trăng lặn, khói sương mờ
Ta cũng mơ về chốn cũ: Thơ
Bạn đón bằng con đò mái gió
Sông mừng in đáy nước cây bờ
Bảy năm cách bạn sầu ngơ ngẩn
Một sáng nhìn mây nhớ ngẩn ngơ
Trời chửa vào Xuân rừng đỏ ối
Còn ta cô độc nét son mờ

2003

BUỔI SÁNG TRÊN RẪY

Màn sương buổi sáng lượn sà sà...
Mái rạ im lìm bốc khói ra
Ánh nắng mặt trời chan sắc núi
Lối mòn chân rẫy thoáng người ta
Tình quê nhuần đượm trong lòng đất
Đất mẹ lâng lâng vẳng tiếng gà
Trời đất tưng bừng đâm lộc mới
Trên đồi lau vọng khúc tình ca

1993

(Trích thi tập Mưa Nguồn Trầm Tích Chim Và Rêu, 2003)

ĐẦU NGUỒN

Củi gộc, cành khô dạt giữa dòng
Đầu nguồn, nước lũ ngập tràn sông
Tay giầm rời rã ghe xoay ngược
Họng thác cuồng điên lái bẻ cong
Bờ bụi tiếc gì thân kẻ khổ
Cát vàng đâu nữa buổi đò đông
Hoà Sơn tháng nắng cha đi địu
Sông Lốt ngày mưa con đứng trông

1993

MỘT CẢNH HAI QUÊ

Một cảnh, hai quê, đời lạnh hàn
Xa Cha, xa Mẹ, buồn mang mang
Giữa màu khói phủ sông cô tịch
Trước cánh chim bay rừng bạt ngàn
Hòn Hấu giao thừa không tiếng pháo
Hoà Sơn mồng một chẳng mai vàng
Núi đồi trơ trọi, chim bay mỏi
Tết đến tình quê thêm ngổn ngang!

1988

120

CUỘC SỐNG

Anh ngồi nghỉ mệt cạnh tàn me
Rít điếu thuốc rê... Cuốc gọi hè!
Nước chảy luồn luồn trong đám sậy
Bịp chuyền thốc thốc giữa lùm tre
Đêm kia chim cú kêu ngoài bến
Sáng nọ chìa vôi hót trước ghè
Con rắn phang mình qua trổ ruộng
Quanh anh cuộc sống chẳng e dè

1990

TRĂNG QUÊ

1
Góc biển miên trường gởi mộng về
Hồn Quê xanh ngát ánh Trăng Quê
Câu thơ ngày ấy sương lam đọng
Lều suối chung trà hổ phục kề
Xóm vắng Bát Tiên nhen đóm lửa
Xuân kỳ Ninh Phụng dệt hoa lê
Con đường diệu vợi, trăng hư ảo
Lau lách đời nghe lạnh bến Tề

2

Lau lách đời nghe lạnh bến Tề
Tình trăng lai láng bấy sơn khê
Trăng sầu góa phụ đêm u uẩn
Trăng khóc chinh phu bước não nề
Trăng dõi đầu ghềnh, thuyền chết sống
Trăng soi cuối bãi, nẻo đi về
Oan hồn, tử sĩ còn phiêu bạt
Nội cỏ, ngàn cây, trăng tỉ tê

3

Nội cỏ, ngàn cây, trăng tỉ tê
Nghìn năm còn đó nỗi đam mê
Thú mầu nguyệt hiện, hàng chim ngủ
Thơ thánh trăng lên, nét liễu đề
Trăng sáng khuê phòng ngời mặt ngọc
Nguyệt chìm hương sữa quyện chân đê
Hồn tôi như thể trăng hai nửa
Treo giữa hai trời thương nhớ quê

2003

VÁCH NÚI

"Một dây leo bên cửa sổ còn thoả mãn tôi hơn các lý thuyết siêu hình hàng ngàn trang sách." (Walt Whitman)

Vách núi cheo leo đá mốc meo
Rì rầm thác đổ, bách, thông reo
Bìa rừng lảnh lót lời cu, sáo
Gộp đá rền rung tiếng cọp, beo
Nai bép, hươu he, đêm mắt sáng
Ong bay, nhuỵ gọi, tháng ngày theo
Dòng sông cứ chảy cây dây quấn
Trần trụi mình phơi vách núi leo

1989

NẠNG SẦU

Từ độ tôi đi mắt suối buồn
Hoà Sơn lăng nở tím tâm hồn
Nạng sầu vẫn đứng bên sông vẫy
Bị xót còn rơi giữa bến hoang
Bao tháng tôi quên lời hứa cũ
Từng đêm anh đếm ánh sao mòn
Đường về xa thẳm mờ sương muối
Biển úa ngùi trông vệt khói loang

2000

DÒNG SÔNG VÀ KHU RỪNG

(Gởi anh Mười Cụt làm rẫy ở Hoà Sơn)

Khi cơn mưa rào tạnh
Cả khu rừng rực xuân
Hoa bằng lăng nở tím
Bên người thương binh buồn

Khi cơn mưa rào tạnh
Cả dòng sông vào hè
Có bầy le le gọi...
Người thương binh lắng nghe

Rồi mùa thu đông qua
Im lìm không tăm cá
Quạnh quẽ bặt bóng chim
Người thương binh vẫn còn
Trên bến hoang dặm mòn

Dòng sông và khu rừng
Chứng nhân thời dâu bể
Lá vàng ố, lá xanh
Nước phân ly, hội tụ
Thương ơi! người thương binh

Orlando, 18/3/2000

GIỮA CHỐN CÔ LIÊU

Một mình ngồi giữa chốn cô liêu
Nắng hắt, ngày buông, hoang lộ chiều
Trắng xóa một bầu trời buốt giá
Lam mờ những bóng núi đìu hiu
Nhớ màu mắt tím sầu điên dại
Thương nét môi hồng mộng lạc xiêu
Rượu mật nào cho tình đắm đuối
Thân hình ngà ngọc đẫm hương yêu

Ngày 5/4/2020

MONG

(Hoạ vận thơ TM)

1
Chín tháng cách ly mất lối về
Cánh chim bạt gió sầu sơn khê
Hai phương ngàn dặm đường xa vợi
Một phút thiên thu dạ ước thề
Nức nở oanh ca, tình ái gọi
Vẽ vời én liệng, chữ yêu đề
Ngập trời sương khói thu vàng tím
Lãng mạn dòng sông chảy mải mê

2
Dài cả cổ chờ một chuyến về
Mòn con mắt ngóng tím sơn khê
Bãi vàng võ nhớ thương mòn mỏi
Sóng bạc đầu phiêu lãng nguyện thề
Hạnh phúc nào tràn trề gối mộng?
Ái ân nào chất ngất thơ đề?
Hồn ai núi lửa, tim nham thạch?
Tình chín bói trong vườn muội mê?

14/8/2020

CHỜ

1
Mùa hè sao võ vàng?
Chiếc lá rơi khẽ khàng
Cứ sáng chiều chiều sáng
Rồi tàn đêm đêm tàn
Ta chờ trong giá buốt
Sóng gợn sầu mênh mang
Ơi hỡi người trong mộng!
Mãi hờ hững bẽ bàng?

2
Mùa cách ly đèn vàng
Tiếng thời gian khẽ khàng
Nhớ nhung hoài nguyệt lặn
Thao thức mãi canh tàn
Tiếng vượn kêu lạnh lạnh
Con tim buồn mang mang
Cứ hi vọng tuyệt vọng
Mùa Hạ sao bẽ bàng?

Ngày 17/4/2020

ĐỢI

Cách ly hồn võ vàng
Đợi mãi mùa thu sang
Bóng xế rồi xế bóng
Hoàng hôn lại hôn hoàng
Dòng đời trôi lạnh lạnh
Tình ái sầu mang mang
Trên chiếc cầu biên giới
Tiếng cây buồn thở than

Ngày 6/4/2020

THƯƠNG

Ta ngồi giữa quạnh hiu
Ôm nỗi buồn cô liêu
Đêm tối tăm mờ mịt
Ngày hoang vắng tiêu điều
Người chân trời xa thẳm
Kẻ góc bể buồn thiu
Ôi! cuộc tình hư ảo
Mà thương tím cả chiều

Ngày 19/4/2020

VẪN NHỚ THƯƠNG NGƯỜI

Tự ngồi tù tự cách ly người
Nhìn xuống dòng sông sương khói trôi
Lạnh ngắt công viên chiều đổ lá
Vắng hoe góc phố sáng sầu đời
Không còn một bóng ma tâm sự
Chỉ có hàng cây oak sánh đôi
Người ở phương trời xa có biết
Đêm đêm tôi vẫn nhớ thương người

Ngày 5/4/2020

130

AI NGƯỜI TRONG MỘNG

Ai người trong mộng đến trần gian
Ai đẹp đẽ thông minh dịu dàng
Ai mặc khách rày đây mai đó
Ai tao nhân sáng nhạc chiều đàn
Ai ngàn năm nhớ câu son sắt
Ai vạn kiếp thương chữ đá vàng
Ai đã cho ta tình diễm tuyệt
Ai người trong mộng nhớ mang mang

2020

TRẠI VẮNG

Con cuốc mùa hè cứ gọi nhau
Mùa xuân tu hú cứ kêu nhau
Sang đông, sông lạnh, cây rừng lạnh
Không biết có còn ai nhớ nhau?

Đêm nay có một người trằn trọc
Lắng tai, giương mắt, đêm không màu
Trại vắng, núi rừng thêm vắng lặng
Im lìm không một tiếng kêu nhau?

1990

TIẾNG ẾCH KÊU ĐÊM

Lại nghe một tiếng ếch kêu đêm
Đêm tối làm sao ngặt nỗi hiềm
Chén rượu mềm môi còn độc ẩm
Ghế ngồi lỏng nuộc cứ hoài nêm
Lắng tai đâu có ai ngoài bến
Gỡ kiếng cũng không bóng trước thềm
Giữa núi giữa rừng người khó ngủ
Mỏi mòn lại tiếng ếch kêu đêm...

1989

HỒN THƠ CỔ ĐIỂN

Sâu thẳm trong tôi tiếng Mẹ ru
Nhịp gàu em múc lạc sương mù
Hồn thơ Nguyễn Trãi xanh sông núi
Vời vợi vầng trăng bóng Nguyễn Du
Thiếu nữ đón xuân tung cánh cửa
Ông già tựa gối lạnh ao thu
Gọi đò... Chỉ thấy trời mây nước
Đọng lại đồng chim điệu cúc cù

1993

TRĂNG ĐƠN

Một đời vất vả chỉ vì con
Đến cuối đời hiu quạnh héo hon
Con cháu xa xôi trời biển cách
Cửa nhà trơ trọi nước non mòn
Tình sâu gởi với màu mây trắng
Nghĩa nặng trôi theo giọt lệ buồn
Sông Lốt nước đầy in bóng Mẹ
Hoà Sơn sương lạnh buốt trăng đơn

1998

TRĂNG

Hôm qua trời đất sơn khê
Tím màu quan tái tứ bề sương giăng
Ba lần bảy lượt gọi trăng
Trăng ơi trăng hỡi nghe chăng trở về?

Trăng ngàn, cỏ nội, đường quê
Chim kêu, vượn hú lê thê nỗi nhà
Trăng xanh sáng cả vườn cà
Trăng vàng còn đó, trăng ngà cầm canh

Trăng xuyên lơ lửng đầu gành
Trăng thanh óng ả trên cành phù dung
Những đêm mưa gió bão bùng
Mây tan, trăng lại sáng trưng như thường

Trăng ơi! đừng để sầu vương
Vô minh hư ảo trên đường trăng qua
Hãy xa lánh não phiền và
Giữ vầng trăng sáng tinh hoa ngày nào

Xin đừng nhỏ lệ nghẹn ngào
Cho câu thơ bỗng dưng xao xuyến buồn
Giữa trời bát ngát trăng suông
Chao nghiêng, vọng động, thả buông, lu mờ

Mong sao trăng tỏ đôi bờ
Mong sao trăng đẹp nguồn thơ muôn đời

2011

TRIẾT LÝ CỦA MỘT DÒNG SÔNG

Từ nguồn cao xuống thác lên ghềnh
Ầm ầm vách núi lúc chiều lên
Dịu dàng mềm mại qua đồng cỏ
Thanh tịnh dòng sông chảy dịu êm

Từ núi cao xuôi về đại dương
Êm ả, nhu mì, nhược thắng cường
Đất đá thời gian thành cát bụi
Dòng sông hiện hữu giữa vô thường

Ngàn năm chảy mãi có bao giờ
Muôn kiếp vẫn trôi chẳng bến bờ
Thuyền tình một chiếc mờ sương khói
Trăng lên tất cả hoá thành thơ

13/1/18

THU VÀNG

Thu về mang cả uất kim hương
Vàng rộm chân mây tím bản Mường
Lá lộc vừng vàng bay khắp núi
Con chim bìm bịp gọi đầu nương
Đời như mây sóng hoài lưu luyến
Tình tựa khói sương mãi vấn vương
Ngồi lại bên cầu nhìn nước chảy
Dòng sông chở nặng những sầu thương

2022

VƯỜN MỘNG CÓ EM

(Ảnh ĐTT: Gia đình Vinh Hồ, 1994)

Một sáng vườn em bỗng hóa thơ
Sinh sôi nẩy nở đẹp vô bờ
Sầu riêng kết trái ong lui tới
Nhãn vải ra hoa bướm lượn lờ
Vú sữa chín cây oằn nhánh đợi
Mãng cầu mở mắt trĩu cành chờ
Có em, vườn mộng thành siêu thực
Say đắm hồn ai trên bến mơ?

30/1/2019

THU TÍM 1

Choàng chiếc áo màu tím nhớ thương
Mùa Thu về đứng ở bên đường
Lá phong vàng rụng trên sông Lục
Chim vịt kêu buồn dưới bến Tương
Danh vọng tựa phù vân ảo ảnh
Cuộc đời là cát bụi vô thường
Chờ người ghế đá sầu cô quạnh
Chiều xuống công viên ngập khói sương

2022

140

THU TÍM 2

Thu về tím cả lối em qua
Tà áo mây bay đẹp thướt tha
Suối tóc liêu trai càng diễm ảo
Thân hình ngà ngọc thêm hiền hoà
Bờ hồ thương nhớ trao ngàn nụ
Góc phố tương tư gởi vạn hoa
Tình tựa khói sương, hồn đắm đuối
Ngàn năm còn mãi nét thu ba

Oct. 26, 2022

NHÀN DU VỊNH CẢNH

(Thơ vui nói lái)

(Ảnh VH: Vinh Hồ tại Đà Lạt, 1972)

Nhàn du vịnh cảnh phải trò-chơi?
Cái thú trời-cho quá tuyệt vời!
Mũi-Né, Kê Gà đâm mẻ-núi
Đầm-Dơi, Cái Nước muốn dâm-đời
Krông-Kmar, Đắk Lắk ra-mong mãi
Đông-Mỹ, Thanh Trì đi-mỏng thôi
Về Thủ-Đức năm canh thức-đủ
Núi-Đôi tuyệt tác nối-đuôi rồi!

2018

- Núi Đôi ở huyện Quản Bạ tỉnh Hà Giang.

CỔNG TRỜI

(Thơ vui nói lái)

Làng-Vọng ngày đi nhớ lọng-vàng
Man-sơ mờ mịt vẫn mơ-sang
Nghĩa chàng giai-huyễn ôi duyên-hải!
Tình bậu chán-chưa hỏi chứa-chan?
Khi-đó khó-đi đường vạn dặm
Bên hàng-hai đứng lệ hai-hàng
Cổng Trời chó sói tru tròng-cởi
Năm đoạn tháng-chầy chẳng thấy-chàng

2018

- Làng Vọng Nguyệt ở Bắc Ninh, Duyên Hải ở Trà Vinh, Núi Chứa Chan ở Biên Hòa, Cổng Trời ở Hà Giang.

VẦNG TRĂNG BẠC

(Thơ vui nói lái)

Bông-áo báo-ông khất lại rồi
Trà-Vinh ơi! có trình-qua người
Buột-than Ban-Thuột cà phê đắng!
Khoan-đãi Khải-Đoan chiếc nhẫn rơi
Phong-Hải hỏng-phai màu kỷ niệm
Phụ-Đằng đằng-phụ mối duyên trời
Dỗi-đời dời-đổi vầng trăng bạc
Thề-cưới giờ đành cười-thế thôi!

2018

- Chùa Khải Đoan ở Ban Mê Thuột, Phong Hải ở Thừa Thiên, Phụ Đằng ở Ninh Hòa.

CHIỀU NGHE AI HÁT GIẬN THƯƠNG

Chiều nghe ai hát giận thương*
Cứ da diết cứ vấn vương bao niềm
Thương ai, ai kiếm, ai tìm?
Giận ai, rồi lại ai tìm, ai xa?

Chiều nghe ai hát dân ca
Lại thương, lại giận, lại là tình yêu
Càng ghen tương càng giận nhiều
Càng yêu tha thiết càng chìu chuộng nhau

Giận thì giận, chớ giận lâu
Thương thì thương, nhớ khắc sâu tim người
Giận thương thương giận ở đời
Giận thương chỉ có ở người mình thương

Ngày 27/3/2020

**Giận Mà Thương, nhạc Trần Hoàn, ca sĩ: Lê Sang, Kim Chi.*

XUÂN MỚI

(Ảnh Mạng)

1.
Núi rừng tươi thắm tỏa sương mai
Xuân mới sáng ngời phú quý lai
Hội chợ Tết tưng bừng gái sắc
Phố hoa Xuân rộn rịp trai tài
Trong nhà: mận quýt sung bầu rượu
Ngoài cửa: mãng cầu dừa đủ xoài
Đẹp nhất cây nêu, câu đối đỏ
Chúc nhau phước lộc thọ dài dài

2.
Miệt vườn sông nước mới ban mai
Tấp nập ghe xuồng, khách vãng lai
Nhộn nhịp chùa chiền người hái lộc
Dập dìu đền miếu khách cầu tài
Ghế gia tiên dán hai câu đối
Bàn tổ nghiệp chưng một đĩa xoài
“Dạ cổ hoài lang” đàn réo rắt...
Áo bà ba đẹp giấc mơ dài

2022

XUÂN VỀ

Cả nước tưng bừng tiếng trống lân
Xuân về, hồn thiếu nữ trong ngần
Bài thơ khai bút lời hoa mỹ
Ca khúc mừng xuân ý tuyệt trần
Đón Tết hội hè khoe cúc trúc
Du Xuân tài tử hẹn giai nhân
Còn ta xướng hoạ cùng tri kỷ
Người đẹp trong mơ đẹp vạn lần

20/1/2022

NHÂN NGÀY LỄ TÌNH NHÂN

Nhân ngày Lễ Tình Nhân
Chúc lứa đôi ân cần
Tay trong tay sánh bước
Đời đẹp như mùa Xuân

Nhân ngày Lễ Tình Nhân
Chúc uyên ương mãi gần
Cuộc tình thêm thắm thiết
Cả bốn mùa đều Xuân

Feb. 13, 2023

Phần 3
TÂM LINH
25 bài

(Ảnh Trầm Lệ Ý: Tháp Tổ Bửu Dương, cây gạo đình Điềm Tịnh, 1988)

ĐÊM ĐÔNG LẠNH LẼO

Lạnh lẽo đêm đông tuyết trắng rơi...
Nơi chuồng lừa máng cỏ xa xôi
Thiên thần loan báo Tin huyền diệu
Mục tử lạy mừng Chúa rạng ngời
Bắc Đẩu lung linh soi lối Thánh
Ba Vua tìm đến thờ con Trời
Mở ra một kỷ nguyên bình đẳng
Bác ái, tự do, cứu độ người

Dec. 23, 2022

MỪNG CHÚA GIÁNG SINH

Đêm Chúa Giáng Sinh lại trở về
Âm vang Thánh nhạc hồn đê mê
Ngàn sao xuất hiện chuông ngân vọng
Trời đất giao hòa đêm tỉ tê
Tuyết trắng rơi đều trên nội cỏ
Tình thương trải rộng khắp sơn khê
Công bình, bác ái, sống lương thiện
Đến với tha nhân quên não nề

23/12/16

150

TÌNH YÊU MÙA GIÁNG SINH

(Gởi H)

Mùa Giáng Sinh đèn giăng khắp nơi
Tuyết rơi trên suối tóc làn môi
Công viên những nụ hôn nồng ấm
Ghế đá bao con tim rối bời
Ánh mắt say mê tình đắm đuối
Vòng tay siết chặt lòng bồi hồi
Yêu nàng càng biết ơn Thiên Chúa
Gặp một lần thương nhớ vạn đời

Orlando ngày 02/12/2014

CHÙA THIÊN BỬU

(Ảnh Trầm Lệ Ý: Vinh Hồ, gốc me chùa Thiên Bửu, 1992)

Ba trăm năm trầm mặc phương Đông
Tháp cổ me già ôm mái cong
Lối gạch trăm hương nhòa sứ đạo
Chày kình một tiếng động tầng không
Dòng sông trong trẻo, mây in bóng
Tán gạo tơ non, ráng tụ đồng
Khách đã đi rồi chùa tĩnh lặng
Me vàng lả tả rớt bên song...

1985

- Chùa Thiên Bửu thượng có 1 cây me ngàn tuổi và cổ tháp Bửu Dương 7 tầng.

GIAO THỪA TẠI THIÊN BỬU

(Kính tặng Thầy Trụ trì Nhuận Đăng)

Cành sứ Giao thừa gió lắt lay...
Chùa Thiên Bửu thượng sương rơi đầy
Cát tường cười nụ Xuân vừa đến
Hoàng cúc sáng thềm Tết tái lai
Một tiếng chày kình chánh niệm hiện
Ba hồi bát nhã chân như bày
Trà thiền thơm ngát hương cô tịch
Lặng lẽ lối quỳnh Sư ngắm mai

Tết Quý Mão 2023

BÊN THÁP BỬU DƯƠNG

Chiều xuống! Ngồi bên tháp Bửu Dương
Bâng khuâng hoa điệp nở ven đường
Long chầu, lân phục, văn kinh pháp (1)
Hạc nội, mai vàng, lẩn khói sương (2)
Cây gạo bao năm rồi trút lá
Dòng sông một thoáng hiện vô thường
Về đâu trong vạn trùng sinh tử?
Cát vữa âm thầm. Đêm nhả hương

1985

(1)Tại cửa Tháp có khắc câu "văn pháp văn kinh" tức nghe pháp nghe kinh.

(2)Hai bức phù điêu trên thân Tháp khắc hình mai hạc.

CÂY ME
CHÙA THIÊN BỬU THƯỢNG

(Ảnh Phan Thế Vinh: Cây me chùa TBT)

Cây me sừng sững trước sân chùa
Cao ngất lưng trời ngọn gió đùa
Toả bóng mái rêu phong tháng nắng
In hình ngôi cổ tự ngày mưa
Sù sì gốc rễ tranh trừu tượng
Ríu rít sáo chim nhạc bốn mùa
Một tiếng chày kình... cây tĩnh lặng
Lá rơi nhè nhẹ bên song thưa...

1994

THIÊN ÂN TỰ HOÀI CẢM*

Hạc nội mây ngàn in dấu trưa
Nơi non thâm nước quạnh mây mùa
Am thiền tiếng mõ vang Khe Đá
Gậy trúc đường quê khởi Đại Thừa
Tổ đạo sen vàng vui xóm vắng
Dòng đời dâu bể lạnh chùa xưa
Hàng dương soi, lá bàng rơi ngõ...
Hòa thượng như về đứng! Tháp mưa

1985

**Hòa thượng Thích Quảng Đức từng trụ trì chùa này.*

THĂM LONG THỌ TỰ

Về Phú Thọ Ninh Diêm xứ Ninh
Thăm Long Thọ tự cảnh an bình
Bảy năm tu sửa dày công đức
Một buổi viếng thăm đẹp nghĩa tình
Tượng Phật truyền thần Trống Bát Nhã
Cửa Thiền cảm ứng Liên Hoa Kinh
Phút giây lắng đọng quên niềm tục
Chiều xuống! Còn ngân vọng tiếng kình

Ngày 4/2/2022

- Chùa toạ lạc tại làng Phú Thọ, Hòn Khói.

CHÙA LONG THỌ CẢM TÁC

Chùa Long Thọ kiệt tác quê mình
Gần Dốc Lết bờ cát trắng tinh
Thầy Đạo Biện trùng tu tuyệt bích
Người Ninh Diêm ủng hộ chân tình
Thuyền về bến ngắm Trăng Hòn Khói
Khách lắng tai nghe Bát Nhã Kinh
Hòn Đỏ xa xa chìm cõi mộng
Tiên Du vang vọng tiếng chày kình

Dec, 27/2021

- Chùa tọa lạc tại làng Phú Thọ, Hòn Khói.

CHÙA LONG THỌ ĐẬM ĐÀ BẢN SẮC

Đứng trước Thiền môn lòng dạt dào
Dư âm biển sóng cứ rì rào
Sau lưng Dốc Lết chim bay liệng
Bên cạnh Hòn Hèo đỉnh vút cao
Độc đáo ngôi chùa đầy ấn tượng
Đậm đà bản sắc đủ thanh tao
Tam quan bằng gỗ sao trôi dạt
Ký ức đêm nao tiếng thú gào

Jan, 1, 2022

TỔ BỒ ĐỀ ĐẠT MA

(Cảm tác từ bức tượng bằng gỗ gụ
tại chùa Long Thọ)

1
Là Hoàng tử xuất gia đi tu
Hỉ xả, từ bi, đại trượng phu
Thừa kế Tổ sư năng giáo hoá
Hoằng dương Phật pháp quyết đông du
Ba năm vượt biển trên thuyền nhỏ
Một sáng sang sông giữa khói mù
Đến núi Tung Sơn sương tuyết phủ
Thiền Tông khai sáng giữa đêm thu

2
Vách đá Thiền môn lạnh tháng năm
Tung Sơn sừng sững khói sương đầm
Râu hùm cỡi sóng qua Đông Độ
Mày hổ băng sông đến Thiếu Lâm
Một tiếng gọi đò buồn vạn kỷ
Chín năm diện bích hiện chân tâm
Vân du khắp ngọn Tây Thông Lĩnh
Gậy trúc về quê cũ lặng thầm

Dec, 31, 2021

160

ĐỨC PHẬT THÍCH CA

(Cảm tác từ bức tượng bằng gỗ sao
tại chùa Long Thọ)

Cuộc đời kỳ diệu và phi thường
Đại lực, đại hùng, đại quật cường
Từ bỏ ngai vàng sống cực khổ
Xa lìa vợ đẹp chịu đau thương
Sáu năm khổ hạnh tìm chân lý
Bốn chín ngày thiền định tỏ tường
Ngồi dưới gốc bồ đề giác ngộ
Hoằng truyền Phật pháp độ mười phương

Jan, 1, 2022

TỪNG TIẾNG CHUÔNG BUỒN

Từng tiếng chuông buồn rơi khẽ khàng
Nhẹ nhàng tan biến vào không gian
Ninh Diêm làng xóm thêm cô tịch!
Dốc Lết trăng sao có võ vàng?
Xa bến, thuyền tình sương lạnh lạnh
Lỡ đường, lữ khách dạ mang mang
Sao Mai nhấp nháy ngoài xa thẳm
Từng tiếng chuông buồn cứ vọng vang...

Jan, 1, 2022

HAI BỨC TƯỢNG CHÙA LONG THỌ

1

Bức tượng truyền thần Tổ Đạt Ma
Khắc từ gỗ gụ màu nâu-đà
Mày ngài, mắt hổ, đêm xuyên thấu
Hàm én, râu hùm, gió hất qua
Quảy dép trên vai đạp bóng núi
Thả bè dưới suối ngắm quan hà
Thiền Tông lồng lộng trời Đông Á
Giác ngộ hốt nhiên giữa nguyệt tà

2

Bức tượng bằng sao đen diệu kỳ
"Niêm hoa vi tiếu" Phật từ bi
Trầm tư hiểu thấu đời ô trọc
Mặc tưởng xót thương cảnh biệt ly
Tựa gốc bồ đề tìm chánh đạo
Ngồi thiền giác ngộ độ đời ni
Khen nhà điêu khắc uyên thâm quá!
Đường nét xuất thần diệt tham si

Jan, 3, 2022

THẦY ĐẠO BIỆN

Xuất gia tu học trong âm thầm
Ý chí kiên cường Thầy quyết tâm
Đến đảo Sinh Tồn truyền chánh pháp
Về chùa Long Thọ phát chân tâm
Tìm tòi gỗ quý khắp sông suối
Tôn tạo thiền môn suốt bảy năm
Nét đẹp đầy nguyên sơ cổ kính
Ngôi chùa độc lạ vạn người thăm

Jan, 3, 2020

GỤ SAO THÀNH TƯỢNG

Nghìn tuổi lạc trôi dưới đáy sông
Gụ Sao thành tượng sắc không không
Đạt Ma thần thái trông oai dũng
Phật Tổ tâm từ bi đại đồng
Cành lá Bồ Đề như hiển thánh
Gậy tre Lạc Thuý hoá thần thông
Khen ai tạc "bất khả tư nghị"
Hỉ xả, từ bi, Bụt là lòng

Jan, 3, 2022

GỖ LŨA NGÀN NĂM LONG THỌ TỰ

Ai đã thổi hồn vào lũa sao?
Khiến bao tác phẩm đẹp thanh tao
Rễ thành quy, cảm xúc dào dạt
Gỗ hoá thạch, tâm hồn xuyến xao
Ý tưởng cao siêu ngàn phượng múa
Hình thù kỳ dị vạn ba đào
Hoa văn đường nét đầy siêu tưởng
Từ những tàn phai đẹp biết bao!

Jan, 6, 2022

GÓT CHÂN TRẦN NHẸ BƯỚC

Gót chân trần nhẹ bước
Quạnh quẽ trên đường chiều
Bóng thời gian lướt thướt
Nghe nỗi niềm cô liêu

Dec, 30/12 2024

ẨN TU

Ẩn tu bên hồ nước xanh xanh
Xa xa lồng bóng khói xây thành
Vườn sầu riêng biếc nhà nho nhỏ
Thiền sư lặng ngắm cảnh như tranh

Bên gốc dừa Sư ngồi ẩn tu
Sáng sớm hạt sương đeo ngọn cỏ
Chiều xuống tắc kè kêu trước ngõ
Đêm tĩnh tâm bấc thổi đèn lu

Giữa mùa đông Sư ngồi ẩn tu
Chân đất đầu trần mơ vạn dặm
Hành giả nhớ cuộc đời bụi bặm
Và dòng sông nước chảy sa mù...

Ngày 20/11/2024

TRÚ XỨ

Không gian chật hẹp, người tù túng
Nơi trú xứ then cài cửa đóng
Từng ngày dài chậm chạp trôi qua
Bóng nhà Sư đi lại, đi qua

Tháng ngày nơi trú xứ ngừng trôi
Sư ngồi vẽ lại những chân trời
Những đường vạn lý đầy tiêu sái
Giờ chỉ còn kỷ niệm xa vời

Bao năm như cánh chim ngàn phương
Giờ về ngồi giữa bốn bức tường
Chiều xuống, mây bay về biển cả
Chân trần thương nhớ những con đường

Nov., 25, 2024

VIẾNG CỬA THIỀN

(Gởi ĐTT)

Từ lúc em về viếng cửa Thiền
Sáng chiều đàn sáo hót huyên thuyên
Cây me tán gạo càng tươi thắm
Bến nước dòng sông thêm ảo huyền
Tri kỷ ngay lần gặp thứ nhất
Yêu em từ cái nhìn đầu tiên
Phải chăng em hiện thân Bồ tát?
Cứu giúp ta trong cuộc đảo điên

24/2/2019

170

THĂM CHÙA

Hương lộ quanh co ngọn gió đùa
Mười cô áo trắng đi thăm chùa
Đàn cò nghển cổ nhìn mây khói
Đồng lúa trổ bông đợi gió mùa
Chánh điện, giai nhân cầu phước lộc
Nhà đông, chú tiểu đãi cơm trưa
Chuyện thường tình lại nên duyên nợ
Xao xuyến hồn ai trước giậu thưa?

21/2/2019

VIẾNG AM THIỀN

Mười cô áo trắng viếng am Thiền
Duyên dáng xinh tươi đóa Thủy Tiên
Mái tóc buông dài đen óng ả
Đôi tà khép mở đẹp ngoan hiền
Môi cong hờn dỗi lưng ong chúa
Má đỏ hây hây mặt chữ điền
Dáng dấp cao sang đầy quyến rũ
Yêu em từ cái nhìn đầu tiên

22/2/2019

THẬT KHÓ NÓI THÀNH LỜI

Về ngồi nơi trú xứ
Sáng chiều nhìn mây trôi
Đêm về nghe cô tịch
Nỗi niềm viết lên trời

Thật khó nói thành lời
Mặt hồ xanh tĩnh lặng
Vườn sầu riêng im ắng
Cánh chim bay xa vời

Nov., 25, 2024

Phần 4
TÌNH YÊU THƯƠNG
33 bài

(Ảnh Mạng: Hòn Vọng Phu)

CHA MỘT ĐỜI LẶNG LẼ

Cha một đời lặng lẽ
Bên đàn trẻ ngây thơ
Dù thức khuya dậy sớm
Không than thở bao giờ

Cha một đời thầm lặng
Bên đàn con dại khờ
Dù chân bùn tay lấm
Tình không bến không bờ

Cha một đời âm thầm
Bên đàn con bé bỏng
Dù gió bấc mưa dầm
Vẫn cày sâu cuốc bẫm

Đem tấm thân gầy gò
Cha cho con đèn sách
Đem tấm thân đói rách
Cha cho con ấm no

Nov 2, 2024

**Đã được NS Vĩnh Điện phổ nhạc.*

CHA MỘT ĐỜI LẶNG LẼ

Thơ : *Vinh Hồ*
Nhạc : *Vinh Điện*

MONG SAO CHA MÃI BÊN ĐỜI CON

(Thân tặng nhà văn Phương Hiền)

(Ảnh Phương Hiền: Song thân của Phương Hiền)

MONG sao "Cha mãi bên đời" con*
BUỔI ấy cha đi nhà héo hon
RA đến Hà Nam rừng một dải
MẮT nhìn Bắc Kạn núi đôi hòn
HỒI đầu vật đổi trăng mờ khuất
KÝ sự đêm khuya bấc thổi lòn
THÀNH bại luận anh hùng bất khả
CÔNG thành, từ phụ đã không còn!

10/2017

**Cha mãi bên đời: tên tập hồi ký của nữ văn thi sĩ Phương Hiền.*

NHỌC NHẰN GÁNH GIỮA CHỢ ĐỜI

(Ảnh Mạng)

Nhọc nhằn gánh giữa chợ đời
Sáng trưa chiều tối khản lời mẹ rao...
Tháng ba đổ trận mưa rào
Giọt nào của mẹ, giọt nào của mưa?

Nhọc nhằn gánh giữa chợ trưa
Mẹ còn gánh mãi bốn mùa gió sương
Vì đời gánh những đau thương
Vì chồng gánh những đoạn trường lao lung

Nhọc nhằn gánh giữa chợ đông
Gánh con thơ dại đi trong mịt mờ
Chiều mưa sầu cả câu thơ
Vẫn đôi quang gánh hững hờ trên vai

Nhọc nhằn gánh giữa u hoài
Năm mươi năm đủ bi ai phận người
Chồng con biền biệt phương trời
Mẹ còn gánh mãi một đời bể dâu?

Nov., 2, 2024

NHỌC NHẰN GÁNH GIỮA CHỢ ĐỜI

Thơ : *Vinh Hồ*
Nhạc : **Vinh Điện**

ĐÔI MẮT DIỆU KỲ

(Ảnh Mạng)

Này đôi mắt cửa sổ tâm hồn!
Biết nói biết chia sẻ vui buồn
Biết tỏ bày tình duyên thân phận
Biết an ủi nỗi niềm cô đơn

Này đôi mắt biết nói của em!
Nhìn vào thấy cả bầu trời êm
Thấy cả hồ thu sương khói tụ
Và thấy ai sầu mộng đêm đêm

Này đôi mắt biết nói điều chi?
Đôi mắt của kiêu sa diệu kỳ
Đôi mắt từng thôi miên quyến rũ
Long lanh sầu mộng lệ hoen mi

Này đôi mắt của ngàn ánh sao!
Của làn thu thuỷ của ba đào
Cuốn hút hồn ta từ kiếp kiếp
Chết lịm trên đôi môi ngọt ngào

Này đôi mắt biết nói rạng ngời!
Đa sầu đa cảm hớp hồn tôi
Cho thuyền tình dạt trôi nghiêng ngửa
Chìm đắm trong sầu khổ đơn côi

Này đôi mắt huyền diệu đáng yêu!
Đã cho ta hạnh phúc từng chiều
Cho ta vô số lời âu yếm
Một cái nhìn bằng vạn chữ yêu

Này đôi mắt thần tiên huyễn hoặc!
Hương trời sắc nước đẹp vô ngần
Một lần gặp gỡ ngàn năm nhớ
Diệu kỳ đôi mắt của giai nhân

20/6/2020

RỪNG SÔNG EM

(Ảnh Mạng)

Tôi như gỗ đá giữa rừng
Em cung nguyệt lạnh soi từng ước mơ
Tôi như bèo bọt ơ hờ
Em triều âm vọng bên bờ tịch liêu

Từ yêu em đá xanh rêu
Cây ưu tư móng trong chiều khói bay
Dài con mắt ở chân ngày
Bên kia đêm biển mọng đầy nhớ mong

Từ yêu em nước trễ dòng
Lục bình trôi giữa mênh mông tháng ngày
Cành hoa tím ngát hương say
Tím trời mây tím ngất ngây tâm hồn

Khu rừng em: dấu địa đàng
Dòng sông em: chốn vĩnh hằng trong tôi
Bờ môi em: hiện trú tôi
Toàn thân em: quán trọ đời phất phơ

Tình yêu em: tuổi dại khờ
Cháy rừng dục vọng cạn bờ đam mê
Yêu em đói khát phụng thờ
Nghìn năm con sóng vỗ bờ chưa thôi

11/2002

- (Trích TrinhNu.net) đã được NS BÌNH NGUYÊN phổ nhạc, CS VŨ BẢO (Quán Quân Ngôi sao tiếng hát truyền hình) hát ở link https://www.youtube.com/watch?v=vgYhcOiE5l4

CUỘC TÌNH CỦA SÓNG VÀ BỜ CÁT

(Ảnh ĐTT: Đoàn Thuỷ Tiên, 1968)

Sóng vô cùng lãng mạn
Thì thầm lời dịu êm
Rằng anh con sóng bạc
Khao khát bờ cát em

Nghìn năm còn dong ruổi
Vạn kiếp chẳng xa rời
Sáng chiều luôn đeo đuổi
Ôm ấp bờ cát em

Này bờ cát bờ cát
Sóng rì rào mỗi đêm
Hàng dừa xanh diễm tuyệt
Cuộc tình đẹp như tiên

Sóng khẽ hôn bờ cát
Hàng thuỳ dương ngoan hiền
Hai trái tim hòa một
Tình yêu đẹp vô biên!

Sóng dẫu xa bờ cát
Vẫn quay về sắt son
Nồng nàn và tha thiết
Như tình anh với em

Ngày 10/4/2020

**Đã được NS Troy Tran phổ nhạc, hát trên Youtube.*

LỜI TÌNH

Em là ngàn tia nắng
Thắp khu rừng vàng hây
Anh ve sầu tĩnh lặng
Ôm mãi mối tình ngây

Em là ngàn cơn gió
Mơn man vườn hương bay
Trao lời tình to nhỏ:
Yêu chàng nhất kiếp này

Ngày 25/2/22

180

THUYỀN SÔNG TRĂNG

(Ảnh Mạng)

Từ ngày thuyền ra cửa biển
Dòng sông dài cổ ngóng trông
Con suối tuôn trào nỗi nhớ
Bờ tre gầy gõ đợi mong

Thuyền vẫn một lòng, một dạ
Nhất quyết quay về với sông
Sông mừng lệ rơi lã chã...
Dang tay ôm thuyền vào lòng

Rồi giữa buổi chiều bão giông
Thuyền nằm chỏng chơ trên bãi
Xa sông, lòng thuyền tê tái
Xa thuyền, sông tựa mùa đông

Rồi giữa dòng đời vạn biến
Thu về khói tỏa sương giăng
Nai vàng đạp lên bóng nguyệt
Thuyền trăng ôm lấy sông trăng

2020

GỞI NGƯỜI TRONG MỘNG

Ứng khẩu thành thơ ý tuyệt vời
Hồng nhan tri kỷ là em rồi!
Dịu dàng tiếng nói hoàng oanh hót
Khiêm tốn tâm hồn bích thuỷ trôi
Mắt sáng long lanh tim bối rối
Giọng ca thánh thót lòng bồi hồi
Từ đây trong chốn tao nhân ấy
Uyên thuý hoà minh ta có đôi

Ngày 26/3/2020

XIN GỞI NGƯỜI TRONG MỘNG

(Ảnh Mạng)

Xin gởi người trong mộng
Mối tình thơ phiêu bồng
Trái tim thơ lạc lõng
Hồn thơ hoài ruổi rong

Xin gởi người trong mộng
Trăm bài thơ thắm nồng
Vạn ngôn tình nóng bỏng
Biển tràn đầy nhớ mong

Xin gởi người trong mộng
Ngàn ước mơ cháy lòng
Triệu đam mê khát vọng
Núi muôn đời ngóng trông

Xin gởi người trong mộng
Cả một mùa Hạ hồng
Cả một trời mây sóng
Và tình em ngập lòng

Ngày 18/4/2021

VƯỜN HOA TÌNH ÁI

Em đã đến trong vườn hoa tình ái
Trái sầu riêng đang chín bói trên cành
Giữa đất trời chỉ có em và anh
Mưa tháng sáu đâu cần chi vội vã

Hoa hồng phấn thì thầm cùng chiếc lá
Chim vành khuyên đứng hót mãi không thôi
Anh ôm em trao một nụ hôn môi
Hồn si dại đất trời như sắp ngã

Em đẹp quá mà tim anh hối hả
Em ngọc ngà, anh lại chẳng muốn về
Em nồng nàn cháy bỏng lửa đam mê
Anh siết chặt tràn trề muôn cảm xúc

Hồn chết lịm đắm chìm trong hạnh phúc
Em cho anh tình khúc đẹp như thơ

2021

NGÀY ẤY THIÊN DUYÊN

(Ảnh ĐTT: Đoàn Thuỷ Tiên tại Quy Nhơn, 1971)

Ngày ấy gặp em nơi cửa Thiền
Yêu em từ ánh mắt đầu tiên
Tóc thề buông xõa đôi môi mọng
E ấp đôi tà áo trinh nguyên

Ngày ấy sa di lòng bâng khuâng
Theo em đi khắp nẻo hồng trần
Từng đêm khấn nguyện ơn Bồ Tát
Độ nàng trên các nẻo phù vân

Yêu em như thể từ muôn kiếp
Từng lời thệ hải tím sơn khê
Tìm đâu vạn cổ sầu trong mắt
Em hớp hồn ta trên bến mê

Ta sa di lánh đời dâu biển
Lòng trần còn nặng mối thiên duyên
Tình em vời vợi vầng trăng sáng
Nếu vắng, đời ta như bóng đêm

Ngày ấy gặp em nơi cổ tự
Cây me ngàn tuổi cũng vàng hoa
Bồ đề thay lá kinh vô tự
Nhưng tiếng chuông lòng mãi ngân nga...

Ngày tháng bên em, tình mang mang
Yêu em tha thiết và nồng nàn
Tình em mãnh liệt như dòng suối
Địa đàng hiện hữu giữa trần gian

Orlando, Jan 15, 2020

- Đã được Vinh Hồ phổ nhạc qua tiếng hát Quang Châu đăng trên Youtube.

CHIỀU TRÊN QUÊ EM MIỀN TÂY

(Ảnh Mạng)

Chiều vàng trên quê em
Quê Miền Tây tuyệt vời
Dòng Cửu Long uốn khúc
Cho tình lên chơi vơi

Thương cánh đồng phì nhiêu
Miệt vườn cây thẳng lối
Vườn sầu riêng chín tới
Em hái tặng người yêu

Quê em dù gian khổ
Nhưng tấm lòng rộng mở
Yêu người, yêu thật thà
Và tình yêu bao la

Quê em đồng nước nổi
Thương thân cò lặn lội
Thương tà áo em bay
Trong nắng chiều nghiêng say

Chiều vàng trên quê em
Bên dòng sông êm đềm
Từng lời ca, tiếng hát
Ngọt ngào sâu lắng thêm

Thương con đường mộng mơ
Ngạt ngào sen ngõ trước
Cầu tre in bóng nước
Con đò kết mối duyên

Orlando, 18/10/2019

- Đã được Vinh Hồ phổ nhạc qua tiếng hát *Quang Châu* đăng trên Youtube.

SẮC MÀU KỶ NIỆM

(Ảnh ĐTT: Đoàn Thuỷ Tiên, 1975)

Dòng nước trôi đi bao giờ trở lại?
Tôi ngồi đây nhặt từng kỷ niệm rời
Ngoài công viên những chiếc lá vừa rơi
Ôm thương nhớ nhuộm tím màu xanh thẳm

Một đời lá chỉ hai mùa rất ngắn
Nẩy lộc mùa Xuân, rụng cuống mùa Thu
Trước vòng thời gian vô tận mịt mù
Lá vẫn hiện hữu xanh vàng diễm tuyệt

Như đời người được bao ngày tha thiết?
Được bao yêu thương kỷ niệm êm đềm
Tiếng tắc kè tắc lưỡi nửa trong đêm
Nghe xao xuyến tới vô cùng vô tận

Hãy xiết tay nhau trên từng lận đận
Hãy đến với nhau vang mãi nụ cười
Chiều thủy tinh phe phẩy lá vàng rơi
Tôi lại nhặt những sắc màu kỷ niệm

2012

**Đã được NS Cung Đàn phổ nhạc, CS Tâm Thư hát trên Youtube.*

MÀU ÁO HOA SIM

Ngày ấy đưa em qua cầu
Em mặc áo dài màu tím
Về nhà nhớ em âu sầu
'Thương nhau cởi áo cho nhau'(1)

Ngày ấy đưa em sang sông
Thân ngà, dáng ngọc, má phấn, môi hồng
Úp mở đôi tà tung bay trước gió
Thương em về nhà sáng nhớ chiều trông

Ngày ấy em bước lên thuyền
Tà áo cô dâu xinh đẹp dịu hiền
Tôi tự trách mình bao năm không nói
Để rồi tiếc nuối màu áo hoa sim

Để rồi từng chiều nhìn mây quan tái
Dòng nước trôi đi bao giờ trở lại?
'Người áo tím qua cầu và áo tím phai màu' (2)
Vẫn còn trong tôi một mối tình sâu

(1) Ca dao
(2) Trích "Tà áo tím" nhạc Hoàng Nguyên, 1966.

MỘT THỜI ĐỂ YÊU

(Ảnh Mạng)

Một thời để yêu một thời để nhớ
Áo dài thướt tha đôi tà khép mở
Trên đường cây lá đôi bóng nghiêng nghiêng
Suối tóc em thơm, ánh mắt mơ huyền

Một thời để yêu một thời để xa
Em tiễn ta đi mà lệ nhạt nhòa
Kẻ ra chiến trường người về phố thị
Chiếc cầu Ô Thước đẹp bài tình ca

'Ta ngắt đi một cụm hoa thạch thảo
Em nhớ cho rằng ta vẫn chờ em
Ôi ngát hương thời gian mùi thạch thảo'*
Ta mãi mong ngày quê Mẹ bình yên

May, 25, 2023

**Trích "Mùa thu chết" nhạc Phạm Duy, 1970.*

MỘT THỜI THANH LỊCH

(Ảnh Mạng)

Thời của chiếc áo dài gợi cảm
Thời của bản tình ca lãng mạn
'Yêu nhau đi đời có nghĩa chi
Yêu nhau đi mình không nên tiếc chi'*

Làm sao quên một thời thanh lịch
Người đối người bằng tình yêu thương
Lòng rộng mở và tim mơ mộng
Như hàng me tỏa bóng bên đường

May 22, 2023

**Trích "Yêu Nhau Đi" (Bésame Mucho) của nữ nhạc sĩ Consuelo Velázquez, lời Việt Trường Kỳ.*

190

MỘT THỜI LÃNG MẠN

(Ảnh Mạng)

Thời trang áo dài thập niên 60
Giai nhân ở miền sông nước xa xôi
Chiếc áo chít eo, tóc huyền gợn sóng
Cho nón bài thơ sầu mộng khôn nguôi

Tôi dìu em đi cây lá xôn xao
Thuyền tình lênh đênh đi vào cõi mộng
Tà áo em bay mây sóng dạt dào
Cho trái tim hồng muôn đời khát khao

May 18, 2023

NGÀN NỤ HÔN XA

Hôn em mái tóc, bờ vai
Bàn tay, vầng trán, mày ngài, đê mê
Đôi môi xinh điểm hạt mè
Như ai cất rượu đê mê cõi lòng?

Hôn em trăm nụ mùa đông
Ngàn nụ mùa hạ thu phong rã rời
Hôn em hôn cả một đời
Long lanh đáy mắt rạng ngời trăng sao

Tình em vĩ đại thanh cao
Trái tim mãnh liệt dạt dào lòng ai?
Vần thơ da diết u hoài
Giọng hò sâu lắng cho ai thẫn thờ?

Hai phương trời một giấc mơ
Nụ hôn xa nối hai bờ yêu thương

Ngày 23/8/21

CÒN MÃI TÌNH THƠ

Ngàn dặm mơ về em có hay?
Tơ duyên trắc trở nhớ nhung đầy
Trao em tất cả tim nồng cháy
Tan chảy trong nhau tình đắm say

Môi kề môi cứ ngỡ trong mơ
Tình yêu kỳ diệu đẹp như thơ
Cho thỏa một mùa Hè ngóng nhớ
Để bù những đêm Thu mong chờ

Chẳng biết yêu em tự lúc nào?
Nghe từ vạn kiếp phách hồn xao
Trải qua tam thế tình hư ảo
Còn giữ trong thần thức xuyến xao

Có phải đây là Mũi Đôi chăng?
Gió mây lồng lộng bến hoa đăng
Thu về kịp lúc sương giăng trắng
Thuyền trăng in bóng trên sông trăng

2020

TÌNH Ở MÃI BÊN NGƯỜI

Người gần người vẫn xa nghìn trùng
Tôi yêu dù người không hay biết
Ánh mắt làn môi người đa tình
Mùi hương thêm đê mê da diết

Người gần người vẫn xa nghìn trùng
Tôi yêu dù hai đời đã khác
Suối tóc bờ vai người đa tình
Sức sống tuôn tràn lòng đói khát

Khi người về tắm suối hoan lạc
Mùa hạ ngẩn ngơ cháy mặt trời
Hồn tôi cũng biến thành đá cuội
Đón người trên những lối đi vui

Khi người về ngủ đảo hoang tưởng
Biển cả xôn xao sóng thủy triều
Hồn tôi cũng biến thành hang động
Ru người mơ gặp lại tình yêu

Hỡi ơi! cuộc sống mơ và thực
Có và không héo úa một đời
Dòng nước trôi đi không trở lại
Tình tôi thì ở mãi bên người

Ôi thôi! cuộc sống là hy vọng
Là nhiệm mầu trong mỗi phút giây
Mà sao trong tôi là tuyệt vọng
Cho tình tôi bay theo khói mây

2005

YÊU MÃI NGÀN NĂM

1
Ngày Lễ Tình nhân gởi đến nàng
Món quà ý nghĩa nhất trần gian
Tài hoa Phật độ duyên tương ngộ
Hương sắc Trời cho tình ngập tràn
Tình dẫu trái ngang luôn thắm thiết
Duyên dù trắc trở vẫn nồng nàn
Quyện hoà làm một trong thần thức
Yêu mãi ngàn năm đẹp chứa chan

2
Ngày lễ Tình yêu gởi đến nàng
Bài thơ lãng mạn nhất nhân gian
Êm đềm vần điệu tim tan chảy
Lấp lánh ngôn từ ý ngập tràn
Ngày ấy nối thơ thêm thắm thiết
Đêm nao xướng hoạ càng nồng nàn
Đường xa vạn lý nhưng tâm thức
Vẫn thuộc về nhau tình chứa chan

3

Triệu đóa hồng xin gởi đến nàng
Mối tình thơ đẹp nhất nhân gian
Bao lời nói ngọt ngào êm ái
Những cảm xúc yêu thương ngập tràn
Đôi mắt huyền long lanh quyến rũ
Nụ hôn xa cháy bỏng nồng nàn
Đời càng ý nghĩa càng cao đẹp
Em đã cho anh tình chứa chan

Ngày 14/2/2022

TRÓT YÊU NGƯỜI ẤY

Thung lũng xanh vàng tím sắc thương
Dòng sông róc rách chảy vô thường
Ngọt ngào điệu lý vang bờ Nguyệt
Thánh thót câu hò vọng bến Tương
Nhớ mãi bờ môi tình ái vướng
Thương hoài ánh mắt nghiệp thơ vương
Trót yêu người ấy người trong mộng
Hồn dõi theo trên vạn bước đường

Ngày 10/8/2025

BIỂN VÀ GIAI NHÂN

Khi em hiện hữu ánh chiều buông
Tím ngắt trời tây núi Vọng buồn
Dốc Lết trắng phau nằm mộng tưởng
Đại Dư xanh thẳm đứng sầu thương
Chao nghiêng buồm lục chờ hư ảo
Bay lượn hải âu đợi diệu thường
Trước biển giai nhân sầu đếm bước
Cho hồn thơ lạc nẻo Thiên đường

Nov. 8, 2022

CHIỀU THU TRÊN CÔNG VIÊN

(Ảnh ĐTT: Đoàn Thuỷ Tiên, 1968)

Tôi gặp em dáng huyền
Chiều thu trên công viên
Đoá hoa môi si dại
Suối tóc mây dịu hiền
Đôi mắt buồn xa vắng
Hàng mi cong đen tuyền
Xua tan bao khoảng cách
Khai mở tình uyên nguyên

Oct. 17, 2019

MÂY NGÀN

Lòng em như mây
Hồn anh như cây
Suốt đời gắn bó
Mây ngàn đó đây

Dù xa vạn dặm
Kẻ đêm người ngày
Nhưng trong tâm thức
Tình vẫn tròn đầy

Không hề xa cách
Tình mãi đắm say

2012

THIÊN ĐƯỜNG LỨA ĐÔI

Chim chóc đâu khác người
Cũng từng cặp từng đôi
Cùng nhau xây tổ ấm
Sống bên nhau trọn đời

Biển cả vẫn có đôi
Bãi vàng chờ sóng bạc
Sóng rì rào ca hát
Yêu bờ mãi không thôi

Núi non cũng có đôi
Kề cận nhau chẳng rời
Cây đâm chồi nẩy lộc
Hoa nở tím rừng đồi

Tình yêu kỳ diệu quá!
Bàng bạc khắp đất trời
Biến trần gian nghiệt ngã
Thành Thiên đường lứa đôi

Feb. 14, 2023

200
DUNG NHAN EM SẮC HƯƠNG

(Ảnh Mạng)

Em đẹp như là một giỏ hoa
Tóc vàng óng ả mấy mùa thu
Ngực thơm thoang thoảng ôi tinh thể!
Ngây ngất tim ta trũng ngục tù

Em đẹp như là một dòng sông
Mắt xanh biêng biếc ánh chiều xuân
Chân dài bãi vắng ôi! ngư nữ
Ngây dại hồn ta lạc giữa rừng

Em đẹp như là một khuê phòng
Bờ môi hợp cẩn rượu tân hôn
Tấm thân ngà ngọc ôi! man dại
Say khướt tình ta gục giữa đêm

Em đẹp như loài ong hút mật
Thân hình vệ nữ hồn đê mê
Chỉ một lần yêu là chết thật
Quên cả đường bay mất lối về

Em đẹp như là một Nữ hoàng
Ta dũng tướng đánh đông dẹp bắc
Về quỳ trước giai nhân tuyệt sắc
Ôi! trái tim cuồng nhiệt đắm say

'Vân tưởng nghê thường hoa tưởng dung'*
Đã tàn phai giấc mộng phù vân
Sáng nay em đến làn mây nổi
Rồi biệt mù ta đêm với đêm

Em đẹp như dòng đời xa lạ
Như chiều cổ viện ngẩn ngơ tranh
Một nghìn pho tượng thay nhau đổ
Trước một dung nhan em sắc hương

2005

**Thơ Lý Bạch*
(Trích thi tập Bên Này Biển Muộn, 2005)

CÁNH ĐỒNG MÙA XUÂN

Chiều xuân ngồi tựa lan can
Bên kia rừng mặc áo choàng mùa thu
Hồ xanh đại lộ sương mù
Dòng xe hun nút, nhịp cầu tăm tăm

Từ xa em sống âm thầm
Ngày qua mòn mỏi, đêm nằm nhớ thương
Từ xa em biệt cố hương
Nhìn quê người thấy thêm thương quê mình

Chiếc cầu nhỏ con kênh xanh
Áo bà ba trắng em thành chiêm bao
Tay em hái trái vườn đào
Lời em chim hót lọt vào cuối tim

Con đường đất dấu chân tìm
Chiều xuân ngưng đọng ngọt mềm bờ vai
Chiều xuân hương dẻ rối bay
Thân em ngây dại uống say tuổi hồng

Anh như sợi khói bềnh bồng
Theo em về tận cánh đồng mùa xuân

1999

Trích thi tập Thơ Vinh Hồ, 1999

- Đã được 3 nhạc sĩ phổ nhạc: LMST, Nguyễn Đức An, Troy Tran: đăng trên Youtube.

NHƯ TÌNH THƠ TÍM

Chiều chiều ra đứng bên sông
Thương người em gái má hồng Thanh Minh
Phương tôi lờ lặng sông Dinh
Phương em sông Cái lênh đênh bãi dài

Rù Rì, suối Ngổ chia hai
Cuộc tình thơ dại u hoài tháng năm
Thoắt thời gian ba mươi năm
Trái tim hoang đã tháng năm theo người

Đèo cao, dốc dựng, chưa thôi
Thái Bình Dương sóng tả tơi đáy lòng
Trời thu mây trắng bềnh bồng
Như tình thơ tím long đong một đời

Orlando, 10/10/1997

TÔI VỀ, NHỚ GIỌT MƯA TAN

Em còn chờ đợi phương nào?
Năm mươi năm cách biệt bao nhiêu sầu?
Tìm em... tìm em... nơi đâu?
Sóng xô Cồn Phụng, mưa rầu Bến Tre

Tìm em... Rạch Giá... Cái Bè...
Khói giăng cửa Đại... mây che xứ Dừa...
Thương em nói sao cho vừa?
Yêu nhau một phút, mấy mùa vấn vương?

Tôi về, phố Mỹ hiu buồn
Dòng Tiền giang lặng lẽ buông con đò
Tôi về, nhớ ngẩn, thương ngơ
Vườn Trung Lương chín bói chờ đợi nhau

Dìu em... từng bước qua cầu
Cầu tre lắt lẻo thương màu áo xinh
Chim chuyền bụi táo gai nhìn
Mưa êm êm rớt hột trên lá dừa

Nụ hôn đầu ướt đẫm mưa
Tháng giêng mưa ngọt, thơm, tê mê lòng
Tình em cháy bỏng Phượng Hồng
Dìu em... đi giữa địa đàng tuổi xanh

Tôi về, thương những dấu chân
Nụ cười e ấp, tình xuân nồng nàn
Tôi về, nhớ giọt mưa tan
Trên môi hôn, kỷ niệm vàng, tháng giêng

Sáng nay trời nhẹ, mưa sương
Nghe hồn cũng nhẹ nhẹ vương u hoài
Tìm em... suốt cuộc đổi dời
Năm mươi năm vẫn còn ngồi nhớ, mong...

Oct, 5, 2025

TÌM EM TRÊN MÁI TÓC VÀNG AI

Tôi gởi hồn trên những bến bờ
Và khu rừng cũ của tôi xưa
Năm năm em vẫn bền tâm đợi
Nhưng hỡi ơi! tôi chẳng trở về

Em giữ lòng trong trắng đợi chờ
Nghìn năm chín bói giữa thiên thu
Trăm năm mất dấu chân kỳ bạt
Cọc nhọn trơ nghe gió gọi hờ

Dù có chết đi cả vía hồn
Chín tầng địa ngục của trần gian
Tay chân cùm xích, thân tơi chảy
Nhưng chẳng bao giờ thôi yêu em

Hai trái tim sầu của tôi, em
Vắng nhau một phút nhớ ngàn đêm
Xa nhau thương hải thành sa mạc
Nỗi khát khao ôi! quả chín mềm

Hai trái tim sầu đã đi hoang
Bay trong vô tận không-thời gian
Ngoài sao Kim có ngôi sao Hoả
Cháy rực tình tôi giữa hỗn mang

Tôi gởi hồn qua non nước người
Tìm em trên mái tóc vàng ai
Chân cao, chân thấp, thân nai lạc
Ánh điện sầu tôi đứng cảm hoài

2005

TÔI GẶP NÀNG TRONG GIẤC MỘNG XANH

(Thân tặng cô Karen)

(Ảnh Mạng)

Karen: Hoa Hậu của hồn tôi
Dung nhan nàng xinh đẹp tuyệt vời
Tôi gặp nàng trong mỗi buổi sáng
Thầm gọi tên nàng Karen ơi!

Tôi gặp nàng trong giấc mộng xanh
Cùng bạn bè và toán lữ hành
Nàng đứng trên du thuyền màu trắng
Trông nàng rất vui vẻ hiền lành

Chúng tôi làm một cuộc du hành
Thuyền bềnh bồng giữa biển màu xanh
Tôi nhìn trong mắt nàng mơ mộng
Thấy ánh hoàng hôn sáng long lanh

Buổi chiều thần thoại trên đảo hoang
Biển Đại Tây Dương rực rỡ vàng
Nàng đứng bên tôi trên bãi vắng
Dáng nàng kiều diễm và cao sang

Vuốt ve mái tóc dài đen tuyền
Nghe sóng vỗ ngọt ngào du dương
Tình nàng cũng nồng nhiệt lãng mạn
Trong thế giới thần tiên ảo huyền

Tôi uống từng lời ngọt như thơ
Hôn nàng nụ hôn dài nóng bỏng
Tình tôi mãnh liệt như con sóng
Tôi trao nàng trái tim dại khờ

Nhưng tất cả chỉ là hư không
Khi nửa đêm chợt tỉnh giấc nồng
Tiếc nuối những gì trong giấc mộng
Tôi gọi tên nàng ôi! Karen

Ngoài song những chiếc lá vàng rơi...
Báo hiệu mùa Thu đã đến rồi
Nhưng tình chỉ đẹp ở trong mộng
Tôi gọi tên nàng Karen ơi!

Sept 24, 2012

- Cô Karen: Người Mỹ gốc Peru. Vì Karen không đọc được chữ Việt nên tôi đã cố gắng dịch sang Anh ngữ và đưa cho nàng. Sau khi đọc xong, nàng đã cám ơn và ôm lấy tôi.

English translation by Vinh Ho:

I MET HER IN MY BLUE DREAM

(For Ms. Karen)

Karen: Queen of my soul
Her countenance is so beautiful
I meet her every morning
Silently call her name oh! Karen

I met her in my blue dream
With friends and tourist teams
She stood on a white yacht
She looked very good-nature and glad

We took the journey
The boat bobs in the middle of the blue sea
I looked into her dreamy eyes
Saw the glistening of twilight

Mythical afternoon on a deserted Island
The Atlantic splendid yellow under the sun of evening
She stood beside me on the deserted beach
Her figure is beautiful, high in rank and living

Caress her long jet-black hair
Hear the melodious sound of the waves that is sweet
Her love is also passionate, romantic
In the magical fairy world

I drank every sweet word like poetry
I kissed her with a long hot kiss
My love was passionate like the waves
I gave her my foolish heart

But all things was only nothingness
At midnight when I suddenly woke up
Regret what in the dream
I called her name oh! Karen

Outside the window, the yellow leaves are falling
They signal that the Autumn is returning
But love is only beautiful in the dream
I called her name oh! Karen

Sept 24, 2012

- Ms. Karen: Peruvian-American. Since Karen couldn't read Vietnamese, I tried to translate it into English and gave it to her. After reading it, she thanked me and hugged me.

Phần 5
DANH THẮNG
& CHIẾC ÁO DÀI

39 bài

(Ảnh Mạng: Dốc Lết)

DỐC LẾT

1
Trước mặt trời biển biếc
Bàn tay sóng sáng chiều
Vỗ về làn cát mịn
Phi lao hòa nhạc yêu

Sau lưng đồi cát trắng
Bàn tay gió sáng chiều
Tạo muôn hình nghìn vẻ
Dốc Lết đẹp như thêu!

2

Biển xanh cát trắng trời mênh mông
Dốc Lết hồn neo tận đảo bồng
Thoáng hiện giai nhân nằm xoã tóc
Hải âu lượn khắp trời Vân Phong

Dốc Lết mây chiều trắng như bông
Lớp về hòn Lớn lớp hòn Ong
Những gót chân trần in trên cát
Cho hồn thi sĩ buồn mênh mông

Dốc Lết muôn đời vẫn hoang sơ
Hàng dương ngả bóng phủ sương mờ
Xa xa núi tím nằm trên biển
Hình dáng giai nhân đẹp sững sờ!

Dốc Lết còn nguyên mộng với thơ
Hải âu xếp những chữ "mong chờ"
Còn ta mãi nhớ người muôn thuở
Nay đời đã xế vẫn còn mơ

Nov. 8, 2022

NÚI VỌNG PHU

(Ảnh Trần Mô Bin: Hòn Vọng Phu)

1
Sừng sững đầu non mỏi mắt trông
Ngóng chồng xa thẳm bể mênh mông
Chiến trường chẳng tiếc đời xuân trẻ!
Quê kiểng nào đau phận má hồng?
Chờ đợi mỏi mòn tình hóa đá
Nhớ thương chung thủy lệ thành sông
Nghìn năm đứng đó mây in bóng
Thung lũng quê Ninh động cõi lòng

2

Cứ nhìn lên núi Mẹ Bồng Con
Chờ đợi lâu ngày hoá núi non
Nỗi nhớ theo mây về vạn nẻo
Niềm sầu vỡ đá tách đôi hòn
Non mòn nước cuốn còn tơ tưởng
Xương trắng trăng tàn vẫn sắt son
Ngoài chiến trường kia chân ngựa lấp
Ven bờ lau sậy, núi chon von

3

Ra sông múc nước nước âm u
Dòng nước từ đâu? -Núi Vọng Phu!
Nhất tướng công thành muôn góa phụ
Vạn tình yêu vỡ một biên khu
Con đò đưa tiễn thề không nhẹ!
Mái lá sum vầy bấc có lu?
Khắp núi, khắp rừng, thân chiến sĩ
Hồn theo ngọn gió thổi vi vu...

1990

- Núi Vọng Phu nằm trên đường biên giới giữa 2 tỉnh Khánh Hòa và Đắk Lắk

NHỮNG LÒNG HỒ YÊU THƯƠNG

1
Lòng Hồ Suối Trầu

Cây khiu khẳng đứng giữa lòng đời
Im lặng hằng bao thế kỷ rồi
Có một cánh cò từ quá khứ
Bay về đậu mãi giữa mù khơi

2
Lòng Hồ Đá Bàn

Nửa đêm thuyền ngủ giữa lòng hồ
Gió thổi thuyền trôi chẳng bến bờ
Theo nguyệt thuyền rơi vào huyễn ảo
Em ơi tất cả đã thành thơ!

1991

SÔNG ĐÁ BÀN

Nơi khói sương: lòng hồ Đá Bàn
Cũng là sông chảy giữa đại ngàn
Tháng mười dòng nước bỗng cuồng nộ
Ầm ầm đổ xuống thác Kênh Kênh

Ào ào chảy xuống ngọn Thác Dao
Trâu Đụng, Cùi Chỏ nổi ba đào
Cuốn trôi tất cả đưa ra biển
Ngập tràn Vĩnh Phú nước dâng cao

Tại đầu nguồn, bãi đá chất chồng
Tháng ba dòng nước bỗng xanh dòng
Thuyền nan một chiếc trôi lờ lững...
Nửa đêm vầng nguyệt sáng mênh mông

1990

210

SÔNG LỐT QUA GHỀNH THÁC

(Ảnh Trần Mô Bin: Sông Lốt tại Điềm Tịnh)

Bắt nguồn từ núi Ba Non
Qua hồ, qua trảng, qua truông, qua ghềnh
Thác Dao, Cùi Chỏ, Kênh Kênh
Chảy qua Giồng Cốc, về bên Cung Hòa

Thạch Sơn, Quảng Thiện, Phú Gia
Xuống Mù U, Họng Ngã Ba nhập bầy
Sông Dinh tên gọi từ đây
Đẹp như ngọc thủy tháng ngày nhẹ trôi

Nghĩa sông gắn bó đời đời
Tình sông êm ả như lời Mẹ ru

2003

THÁC BAY

1
Ngọc Tuyền ai đặt giữa Trời Tây?
Xinh đẹp tuyệt vời tên Thác Bay!
Nhạc khúc rừng xanh vừa lắng tiếng
Trăm nàng Tiên nữ trút xiêm y...

2
Nhìn về núi Vọng Phu xa
Sáng ngời một dải lụa là đẹp tươi
Thác Bay uốn lượn giữa trời
Nghìn năm còn hát những lời yêu thương

1994

LĂNG BÀ VÚ

Hai trăm năm lặng lẽ nơi này
Khói lạnh nhang tàn với cỏ cây
Mấy lớp bồ quân trái tím rụng
Bao phen chùm gởi lá vàng bay
Trơ vơ núi Vọng sầu mây nước
Lờ lững sông Dinh đợi tháng ngày
Lân phục ngoài thành chờ sen mọc
Hồn xưa còn phảng phất đâu đây

2003

HÒN HÈO

(Ảnh Trần Mô Bin: Hòn Hèo, xóm trên làng Điềm Tịnh)

1
Hòn Hèo có suối Hoa Lan
Có hòn Đá Trải, có hang tu Thiền
Trên cao thác đổ triền miên
Non bồng, nước nhược, cõi Tiên, xứ Thần
Hằng Nga mở hội Phong Vân
Dưới trăng múa hát mừng Xuân hòa bình

2
Hằng năm đến tiết Thượng Nguyên
Tiên Du mở hội Quần Tiên Bồ Đào
Hoa lan khắp núi ngạt ngào
Suối reo, chim hót, đón chào Chư Tiên

2003

- Hòn Hèo: có làng Tiên Du, có suối Hoa Lan, có hang Tiên Du, có hòn Đá Trải sau có một nhà Sư đến ẩn tu được gọi là Chùa Hang.

NHỮNG DÒNG SÔNG YÊU THƯƠNG

(Ảnh Phan Thế Vinh: Sông Cái tại Xuân Hoà)

1
Sông Dinh

Sông Dinh có ba ngọn nguồn
Tìm em lội suối băng truông dãi dầu
Tìm em chẳng thấy em đâu
Dưới sông nước chảy, trên cầu xe qua
Tìm em ngày tháng phôi pha
Trăng xưa bến cũ sương sa lạnh lùng

2
Sông Cái

Chảy từ Núi Vọng Phu xa
Sông Dinh, Sông Cái, chỉ là một thôi
Sông Dinh thẳng một dòng trôi
Sông Cái nước đỏ giữ lời sắt son
Đêm thu Núi Vọng Phu buồn
Gởi về sông cũ nửa vầng trăng xưa

3
Sông Đá

Đầu nguồn Sông Đá, Tân Lâm
Cuối nguồn Sông Đục em nằm bên thôn
Tháng giêng đồng lúa xanh rờn
Vì em chịu đục nên đồng lúa xanh

4
Sông Lốt

Chảy từ biên giới Phú Yên
Qua lòng hồ Đá Bàn trên thượng nguồn
Tháng mười dòng nước điên cuồng
Quang Đông, Vĩnh Phú con đường thành sông

1994

NHỮNG BIỂN ĐẢO YÊU THƯƠNG

(Ảnh Mạng: Ninh Vân, Vịnh Nha Phu)

1
Đầm Môn, Bãi Giếng, Hòn Ong
Ai về cho gởi mấy dòng thương mang
Hòn Gầm sóng gió bổ vang
Đồi cát Vĩnh Giật thổi sang Hòn Gà
Ai về Ninh Đảo, Hòn Na
Tấm lòng thương nhớ đã ba năm tròn

2
Hòn Thị, Hòn Cóc, Hòn Lao
Đầm Nha Phu chẳng khác nào cảnh Tiên
Cùng em trên một chiếc thuyền
Vầng trăng lộng sáng hai miền nước non

3
Mai về thăm đảo Chà Là
Hòn Rồng, Hòn Hổ bao la biển trời
Sóng xô vách đá em ngồi
Muốn cùng chim yến nối lời nước non

2003

NÚI BA NON

Một non em đứng một mình
Ba non em đứng hữu tình biết bao!
Một non riêng lẻ cù lao
Ba non em đứng phía nào cũng tươi

Một non em đứng mồ côi
Ba Non em đứng giữa trời đẹp xinh
Một non một bóng một hình
Ba non có bạn có mình có ta

SUỐI BA HỒ

1
Em bảo Ba Hồ em đẹp lắm
Suối reo, chim hót, mây ngừng bay
Non cao, đá dựng, hoa tươi thắm
Lội suối trèo non quên tháng ngày

2
Ba Hồ nước Nhược non Bồng
Ai lên mà chẳng nghe lòng ngất ngây
Ba Hồ nắng đẹp như rây
Trên cây đá dựng, dưới mây khói lồng

2003

DỤC MỸ QUÊ NHỎ CỦA EM

(Tặng cố ca sĩ Hà thị Thu Thuỷ)

Em kể về quê nhỏ của em
Em yêu Suối Nước Nóng vô vàn
Mỗi chiều Chúa Nhật em ra tắm
Dòng suối yêu thương chảy rộn ràng...

Dòng suối của em xinh đẹp quá!
Tôi yêu như thể suối của tôi
Tôi yêu những trái ư, xay, đỏ
Và yêu nức nở trái tim người

Khuya lơ ngồi đọc quê em nhỏ
Quê nhỏ của em đẹp rạng ngời!
Quê nhỏ của em sim tím nở
Và nàng cô phụ đứng bên trời

Đêm đã qua, nằm thao thức nhớ
Nhớ về quê nhỏ của em tôi
Cuối trời còn một vì sao muộn
Sao ơi! cho gởi nỗi lòng tôi

2005

NHA PHU
NƯỚC NHƯỢC NON BỒNG

1.
Nha Phu trời vịnh đẹp vô song
Nước nhược non bồng đây phải không?
Đảo nổi trên đầm mây lớp lớp
Núi ăn ra biển đá chồng chồng
Bãi vàng, tiên nữ nằm phơi nắng
Đá bạc, nhân ngư đẹp não lòng
Ngắm suối Hoa Lan tuôn róc rách...
Bên em trời đất một màu hồng

2.
Biển núi hôn nhau ngoài chấn song
Thiên Thai có phải là đây không?
Bảy hòn đảo tím mây quần tụ
Hai mặt non xanh đá chất chồng
Hòn Nứa, Hòn Lăng xinh tựa mộng
Hòn Lao, Hòn Thị đẹp nao lòng
Đôi tim nức nở hoà làm một
Chiều xuống! Nha Phu nhuộm tím hồng

Ngày 10/4/2020

220

NÀNG TIÊN VỊNH VÂN PHONG

Trong mơ tìm đến Vịnh Vân Phong
Xứ sở Tiên còn đó nhớ mong
Cửa Vạn, Hòn Ong, ngàn sóng vỗ
Đầm Môn, Bãi Giếng, vạn mây bồng
Giai nhân hồn gởi vào thơ nhạc
Mỹ nữ sầu dâng ngập cõi lòng
Lãng tử muôn đời còn đắm đuối
Nàng Tiên kiều diễm vịnh Vân Phong

Ngày 10/4/2020

VÂN PHONG VỊNH THẦN TIÊN

1
Vân Phong đệ nhất vịnh thần tiên
Trời biển bao la 'thuỷ phách thiên'*
Lạch Cổ Cò thuyền vào bến mộng
Đảo Hòn Săng khói tụ muôn niên
Tuyệt vời thuỷ mặc tranh hư huyễn
Vi diệu thiên thai xứ ảo huyền
Đến Điệp Sơn quên niềm tục lụy
Lên Hòn Ong xoá mọi ưu phiền

2
Mơ ước một lần đến xứ Tiên
Gặp người trong mộng áo vân thiên
Câu hò điệu lý êm như suối
Nốt nhạc vần thơ đẹp vạn niên
Trên chiếc thuyền tình say mộng ảo
Cùng người tri kỷ đắm mơ huyền
Buồm neo Cửa Vạn trăng lồng bóng
Tiếng mõ Thiên Ấn xoá não phiền

Ngày 20/4/2020

"Thuỷ phách thiên" (nước vỗ trời) thơ Nguyễn Trãi

XỨ VẠN CẢM TÁC

(Thân tặng nữ đồng môn Phương Hiền)*

(Ảnh PH: Phương Hiền)

Cửa Giã, Hòn Gốm, Hòn Ghềnh
Trời ban cho những cái tên lạ lùng!
Hòn Điệp Sơn, Bãi Sơn Đừng
Nước non hội tụ nở bừng ý thơ

Vân Phong cảnh đẹp như mơ
Đảo trôi trên vịnh bến bờ là đâu?
Tháng Sáu râm ran ve sầu
Vào rừng Dốc Mỏ đọc câu thơ Thiền

Ngâm mình dưới suối Hóc Chim
Dòng nước mát lạnh chảy tràn châu thân
Đá xanh rêu nằm chất chồng
Phải chăng nước nhược non bồng là đây?

Ngày 11/7/25

**Phương Hiền, người từng đi thuyền trên vịnh Vân Phong và tắm suối Hóc Chim.*

NÚI PHƯỢNG HOÀNG

Có dòng suối Ngổ lượn quanh đồi
Núi Phượng Hoàng phong cảnh tốt tươi
Dưới gộp, bóng sư ngồi tĩnh lặng
Trên triền, tiếng mõ buồn chơi vơi
Mây bay trắng xoá cây in bóng
Phố hiện mờ xa biển níu trời
Khách tục dừng chân trên bến vắng
Bồng lai tiên cảnh là đây rồi!

July, 2024

- Núi Phượng Hoàng: thuộc xã Vĩnh Phương, Diên Khánh.

GỘP ĐÁ NGÀY XƯA

Nơi khởi đầu hành trình vạn dặm
Gộp đá ngày xưa Bụt là lòng
Buông bỏ mọi tiện nghi vật chất
Tấm thân tứ đại cũng là không

Giờ trở về ngồi trong tịch lặng
Đêm đêm Thiền định, rắn trăn bò
Ngày ngày xuống núi, chim cò gáy
Xa xa suối Ngổ chảy quanh co

July 18, 2024

HUẾ LÀ EM

Huế là em! Ngóng đứng trông ngồi
Ta trót yêu từ tuổi đôi mươi
Bên nớ mô tê chừng lạ lẫm
Phương ni răng rứa cứ bồi hồi
Tóc thề buông xõa thêm tình tứ
Áo tím vờn bay đẹp tuyệt vời
Mong một ngày về thăm Đại Nội
Lên đò Thừa Phủ lắng chuông rơi

June, 6, 2022

PHONG THUỶ CỐ ĐÔ

1
Non bồng, nước nhược, một màu xanh
Phong thuỷ Cố Đô đẹp tựa tranh
Bạch Hổ, Thanh Long chầu nghiệp đế
Trường Sơn, Đông Hải kết duyên lành
Sông bao núi bọc địa linh khởi
Thủy tú sơn minh nhân kiệt sanh
Uốn khúc, dòng sông long mạch ẩn
Sơn hà quần tụ bậc hùng anh

2
Phú Xuân phong thuỷ một bài thơ
Trời định Nguyễn triều lập đế đô
Núi Ngự kỳ sơn gầy nghiệp đế
Sông Hương long mạch dựng cơ đồ
Hà Khê, Thiên Mụ bồi linh khí
Ái Tử, Kim Long mở cõi bờ
Cồn Hến, Dã Viên chầu tả hữu
Triều quy tứ thuỷ đẹp như mơ

June, 6, 2022

CẦN GIỜ CÓ PHẢI CẢNH BỒNG LAI

Đi phà Cần Giuộc đến Cần Giờ
Rừng đước bạt ngàn khiến sững sờ
Bãi biển hoang sơ xinh tựa mộng
Ngọn đồi xanh biếc đẹp như thơ
Xuống thuyền ngoạn cảnh cù lao đợi
Lên núi viếng chùa ngọc nữ chờ
Sát nách Sài Gòn lại có một
Bồng lai Tiên cảnh thật không ngờ!

Oct 14, 2025

**Huyện Cần Giờ: rộng khoảng 70.000 ha rừng, có 69 cù lao, có rừng đước, chà là, bần, mắm. Khu dự trữ sinh quyển Cần Giờ đã được UNESCO công nhận.*

CHIẾC ÁO TỨ THÂN

Thuỳ mị, đoan trang, áo tứ thân!
Xinh tươi yểu điệu nét thanh tân
Khen nhà hội hoạ giàu siêu tưởng
Vẽ áo mỹ nhân đẹp xuất thần
Với nón quai thao, khăn mỏ quạ
Cùng đôi guốc mộc, sợi dây lưng
Bốn tà e ấp đùa trong gió
Yếm thắm hớp hồn khách thưởng xuân

Orlando, Feb. 7, 2023

TỪ EM MẶC ÁO MÙA XUÂN

(Ảnh Mạng)

Từ em mặc áo mùa Xuân
Nhân gian có một người dưng yêu người

Từ em mặc áo da trời
Vườn Địa Đàng có hai người yêu nhau

Từ em mặc áo hoa ngâu
Bên kia sông có người sầu cô đơn

Từ em mặc áo hoàng hôn
Cõi thơ có một tâm hồn thi nhân

Tết Quý Mão 30/1/2023

230

DẢI YẾM ĐÀO ƠI?

Thời gian dằng dặc một ngàn năm
Lững thững trôi qua trong âm thầm
Nhưng dải yếm đào vẫn đứng lại
Sống mãi trong tâm hồn Việt Nam

Đã lâu rồi dải yếm ơ thờ
Hững hờ ôm lấy gò bồng đảo
Càng ỡm ờ, mong manh, diễm ảo
Càng chết lịm bao nhiêu hồn thơ?

Dải yếm đào ơi! Ai cột buộc?
Cho kẻ si tình cứ vấn vương
Treo hờ chi trước cửa thiên đường?
Cho tình xuân hoài hoài mơ ước

Feb. 9, 2023

TRÊN ĐƯỜNG PHỐ PARIS

Đường phố Paris thật đáng yêu!
Áo Dài Việt thướt tha yêu kiều
Dòng sông in bóng hình kiều nữ
Đỉnh tháp tô màu áo khói chiều
Úp mở đôi tà hồn vía lạc
Phơi bày dáng ngọc nhạc thơ phiêu
Tinh khôi từng nét cong huyền diệu
Sang trọng kiêu sa đẹp mỹ miều

Aug, 7, 2022

XUẤT HIỆN TẠI UKRAINE

Bất ngờ xuất hiện tại Ukraine
Chiếc áo Bà Ba của Việt Nam
Kín đáo phơi bày từng dáng vẻ
Thâm trầm biểu lộ hết tâm can
Trẻ trung xinh đẹp đôi tà biếc
Thanh thoát nhẹ nhàng những sắc lam
Gợi nhớ câu hò trên bến nước
Tình quê hương, cỏ nội, mây ngàn

Aug, 8, 2022

TÔN VINH CHIẾC ÁO DÀI

(Ảnh Mạng)

1
Suối tóc uốn từng lọn mây trời
Áo dài in một cánh hoa đôi
In thêm mấy đóa môi hồng nở
Như thể mùa Xuân đã đến rồi!
2
Làn gió Xuân về quyện khói mây
Lùa vào tà áo tím thơ ngây
Trong trắng trinh nguyên cô gái Việt
Cho thơ thêm tuyệt, ý thêm đầy

Tết Quý Mão 2023

- Hoa Đôi: thuộc họ Hoàng Mộc.

ĐẸP ÁO BÀ BA

(Ảnh Mạng: áo bà ba)

Đậm chất miền sông nước hiền hòa
Xuân về đẹp chiếc áo bà ba
Căng tròn bộ ngực đầy khêu gợi
Ôm kín vòng eo đủ thiết tha
Đồng lúa đơm bông thơm suối tóc
Vườn cây trĩu quả mịn làn da
Cầu tre lắt lẻo nghiêng nghiêng nón
Xao xuyến hồn ai tình đậm đà?

Feb. 8, 2023

KHÊU GỢI CHIẾC ÁO DÀI

(Ảnh ĐTT: Đoàn Thuỷ Tiên, 1968)

Duyên dáng, thướt tha, chiếc áo dài!
Diễm kiều khêu gợi nét trang đài
Gió nồm hất nhẹ đôi tà áo!
Hương bưởi thơm lừng suối tóc ai?
Xuống phố, dáng tiên vừa lộ hiện
Qua cầu, thân ngọc thoáng phơi bày
Hớp hồn hai nửa, kín và hở
Quyến rũ hồn thơ vương gót hài

Ngày 5/2/2019

CHIẾC ÁO DÀI XUÂN

(Ảnh Mạng: Trường Nữ Trung Học Nha Trang)

Chiếc áo dài Xuân đẹp khó quên
Đôi tà úp mở trắng trinh nguyên
Phơi bày dáng ngọc ngà tươi thắm
Khêu gợi thân kiều nữ dịu hiền
E ấp thướt tha nơi hội tết
Đoan trang thùy mị giữa công viên
Kiêu sa quý phái nhưng đơn giản
Quyến rũ mê hồn lại chính chuyên

Tết Quý Mão 2023

TẾT THƯỢNG NGUYÊN

Trăng treo đầu ngõ, gió Xuân đùa
Tết Thượng Nguyên em đi lễ chùa
Một tiếng chày kình phiền muộn xoá
Ba hồi trống sấm lo âu xua
Người cầu gia đạo vui muôn thuở
Em nguyện tình duyên đẹp vạn mùa
Mơ ước trăng thanh mong gió mát
Cho đời bớt dãi nắng dầm mưa

Feb. 5, 2023

VỀ BẮC NINH MÊ ÁO TỨ THÂN

(Ảnh Mạng: Áo tứ thân)

Về Bắc Ninh mê áo tứ thân
Nhìn vào thấy cả bầu trời Xuân
Nón quai thao đỏ, khăn nâu sẫm
Áo cánh mỏng vàng, dây lụa vân
Hai vạt phu thê tình gắn bó
Bốn tà phụ mẫu nghĩa càng gần
Dây lưng xanh lục, quần đen rộng
Dải yếm lụa đào đẹp thất thần!

Orlando, Feb. 6, 2023

HƯƠNG BAY

(Ảnh Mạng)

1
Cành sứ mưa lất phất
Tán me già ngủ say
Sư tụng Ba la mật
Tiểu thả hồn mây bay

2
Tà áo hường phơ phất
Hồn thơ theo gió say
Cả cánh đồng cỏ mật
Cũng ngạt ngào hương bay

3
Mưa phùn rơi lất phất
Em sáng chiều hăng say
Bố thí Ba la mật
Hương đức hạnh thầm bay*

4
Hương Thu còn phảng phất
Trên cành Đông ngủ say
Môi hồng nào ướp mật?
Cho hồn chới với bay

5
Ngàn giọt Xuân lất phất
Vạn cây rừng đắm say
Phải ta loài ong mật?
Theo nàng rớt cánh bay

6
Hàng cau hương phảng phất
Hẹn mùa trăng đắm say
Chỉ vì đính ước mật
Mà tình cất cánh bay

15/1/2022

**Kinh Pháp Cú:*
"Hương người đức hạnh ngược gió bay đi khắp muôn phương"

240

ÁO BAY

(Ảnh Mạng)

1
Áo bay trắng xoá cả trời mây!
Khép mở đôi tà tim ngất ngây
Cuốn hút hồn ta trên cánh gió
Mang theo ngàn nỗi nhớ nhung đầy

2
Đẹp thay chiếc áo dài màu mây!
Gió mở đôi tà tim ngất ngây
Hương sắc Trời cho tình thắm thiết
Vần thơ diễm tuyệt, ý đong đầy

3
Làn gió Xuân về quyện khói mây!
Nhốt trong tà áo trắng thơ ngây
Phơi bày dáng ngọc ngà kiều diễm
Cho tình lãng mạn, nhạc thơ đầy

4
Thướt tha duyên dáng giữa trời mây!
Sắc nước hương trời đẹp ngất ngây
Lạ lùng chiếc áo vừa kín đáo
Lại vừa gợi cảm, nhớ thương đầy

Ngày 23/1/2022

MẮT BIỂN

Đứng trước Cam Ranh cảnh gợi tình
Một trời dát ngọc, biển long lanh
Trắng phau cát động mờ chân đảo
Xanh ngắt dừa đan rợp xóm mành
Bãi sáng tương tư triền sóng bạc
Vịnh chiều đăm đắm ánh vàng hanh
Em ngồi, núi dựng, chàm nâu trổ
Mắt biển mù khơi gió thổi gành

1988

(Trích thi tập "Ngàn Hương" 1994)

ĐẠI LÃNH CHIỀU SƯƠNG KHÓI

Biển trời non nước gặp nhau đây
Đại Lãnh chiều sương khói phủ đầy
Núi tím dang tay ôm thuỷ mặc
Biển vàng đan mộng gởi trời mây
Bên chân Đèo Cả thuyền lơ lửng
Dưới vịnh Vân Phong tim ngất ngây
Nước nhược non bồng thêm ảo diệu
Từ khi Tiên nữ đến nơi nầy

Nov., 2, 2024

THUYỀN NEO CỬA VẠN

Mong một ngày về thăm xứ Tiên
Thăm nàng ca sĩ áo vân thiên
Lắng nghe giọng hát êm như suối
Xướng họa vần thơ đẹp khởi niên
Một chiếc thuyền tình say mộng ảo
Đôi hồn tri kỷ đắm mơ huyền
Thuyền neo cửa Vạn mây lồng bóng
Tình đẹp như mơ chẳng lụy phiền

Apr. 30, 2020

BỨC TƯỢNG NỤ HÔN BẤT TỬ

*(Ảnh Mạng: Bức tượng trên bờ Vịnh San Diego, HK)**

Nụ hôn lãng mạn nhất hành tinh!
Đẹp quá trong ngày vui thái bình*
Cảm xúc dâng tràn hồn chất ngất
Vòng tay rộng mở phút quang vinh
Tự do phóng khoáng không biên giới
Trao tặng sẻ chia cả thịnh tình
Khoảnh khắc phiêu bồng thành bất tử
Nụ hôn lãng mạn nhất hành tinh!

20/1/2018

**Tạc từ "The Kiss" ảnh của Alfred đăng trên Life, chụp ngày 14/8/1945 tại Quảng trường Thời đại New York, khi người Mỹ đổ ra đường mừng ngày chấm dứt Chiến tranh Thế giới II.*

Phần 6
BẰNG HỮU
& TAO NHÂN
12 bài

(Ảnh Mạng)

CHÚC XUÂN QUÝ TAO NHÂN

(Ảnh ĐTT: Đoàn Thuỷ Tiên tại Đất Đỏ, Phước Tuy, 1973)

Xuân về, kính chúc quý tao nhân
Lạc đạo an bần đời mãi xuân
Bút én, tờ mây, thơ chí thiện
Giá non, mực biển, họa toàn chân
Con đường sáng tạo ngày ngày rạng
Ý hướng thăng hoa nhật nhật tân
Lắt lẻo cầu tre chân vẫn bước...
Tự do, non nước đẹp vô ngần

20/1/15

TRĂNG VIỄN XỨ

(Thương tiếc Cố Văn Thi sĩ Du Tử Lê)

Ghé vào cõi tạm rồi ra đi
Để lại Sài Gòn xưa những gì?
Đổi mới thi ca hồn lãng tử
Cách tân chữ nghĩa cánh chim di
Dưới dòng sông bạc sương quàng cổ
Trên ngọn tình sầu lệ nhớ mi
Tiếng dế kêu buồn trăng viễn xứ
Con chim bói cá bờ sinh ly

Ngày 10/10/19

- Những "sương quàng cổ, lệ nhớ mi, trăng viễn xứ, dế buồn, chim bói cá": chữ của DTL.

MÙ SƯƠNG

(Thương nhớ Cố Văn sĩ Nhà báo
NGUYỄN XUÂN HOÀNG)

Người đi vào cõi 'mù sương'
'Nhịp buồn hút gió hồn nương sao rừng'
'Khu rừng hực lửa' sau lưng
Dưới kia 'Sa mạc' đã từng phiêu du

'Căn nhà ngói đỏ' xa mù
'Bụi và rác' ngập hoang vu kiếp người
'Người đi trên mây' xa rồi
'Còn tôi, còn chỉ mình tôi' u hoài

Trầm tư suốt tháng năm dài
'Ý nghĩ trên cỏ' phôi phai linh hồn
Bến hoàng hôn sao cô đơn?
Còi tàu rúc lạnh tiếng buồn vọng xa

‘Bàn tay thoáng nổi da gà
Thẳm sâu lòng đất nhà ga luân hồi’
Người đi đi vào cõi Trời
Bỏ Văn cô độc, bỏ đời trầm luân

Bỏ ‘Lửa’ bếp cháy vừa hừng
Bỏ bằng hữu gặp trên từng chặng xuân
Bỏ lại Mẹ ‘Ai cũng cần’
Bỏ quê hương bỏ tình thân vô bờ

Người đi đi vào cõi Thơ
‘Mênh mang’ sương khói câu hò sông Ngân
‘Bàn tay Thượng đế’ đỡ nâng
Về nơi vĩnh phúc mùa Xuân huy Hoàng

16/9/2014

**Câu chữ trong ngoặc đơn là tên những tác phẩm của NXH.*

ĐỜI NHƯ MỘT GIẤC MỘNG SẦU

(Hoạ ý thơ Thi sĩ Mai Quang)

toạ thiền giữa chốn phù hoa
hồi tâm quán chiếu ta bà khói sương
chỉ vì một nét môi hường
một tà áo đỏ buông lơi trong chiều

mà tâm an trụ liêu xiêu
và hồn thơ cũng tiêu điều huệ lâm
giật mình tỉnh giấc mù tăm
ta tìm em khắp cát lầm thấy đâu?

đời như một giấc mộng sầu
nương dâu, bãi biển, giang đầu, bến sông
đường xa, mông quạnh, đồng không
ta tìm em khắp bụi hồng, mù khơi

Tối 30 Tết Quý Mão / Jan. 21, 2023

XUÂN VÀ HAI BỜ GIẤY*

Xuân mới lại về khắp hải hà
Chào Hai Bờ Giấy đẹp như hoa!
Dòng sông vẫn chở đầy sương khói
Lòng biển còn chờ vạn sát na
Lãng mạn vần thơ tràn cảm xúc
Trữ tình ý nhạc gợn âm ba
Trời xanh thăm thẳm không biên giới
Một cánh buồm nâu vượt sóng xa

Dec. 28, 2022

**Trang mạng haibogiay.net của Ca Dao*

250

SÀI GÒN XƯA ĐẸP NHƯ HOA

(Thân tặng Thu Thủy, Mai Hồng, Phương Hiền
và các thi hữu trong buổi hội ngộ, Noel 2013)

(Ảnh Mạng)

Sài Gòn xưa đẹp như hoa
Buổi chiều hội ngộ chan hòa niềm vui
Lọ hồng, hương ngát, chiều vơi
Trái bòn bon Thái ngọt ngào môi ai?

Xa xa lời Thánh ca vang
Chuông nhà thờ đổ... nắng vàng nghiêng soi
Nhắc ngày Thiên Chúa xuống đời
Nhắc đoàn mục tử cất lời tụng ca

Sài Gòn xưa đẹp kiêu sa
Dịu dàng, thanh lịch, hiền hoà, dễ thương
Bất ngờ, gặp gỡ, lạ thường
Phút chia tay, để vấn vương trong lòng

Chào Thu Thủy, chào Mai Hồng
Phương Hiền và những tấm lòng yêu thơ

Orlando, ngày 8/1/2025

TỨ TUYỆT

(Thân tặng nhà văn Phương Hiền)

(Ảnh PH: Phương Hiền)

Tôn kính Phật Trời, hiếu Mẹ Cha
Tấm lòng từ ái rộng bao la
Tâm bồ đề giúp người cùng khổ
Hương đức hạnh ngược gió bay xa

Aug. 25, 2025

ĐỌC CHA MÃI BÊN ĐỜI*

(Thân tặng Nhà văn Phương Hiền)

‘Cha Mãi Bên Đời’ của Phương Hiền
Đọc xong, niềm xúc động vô biên
Cảm kích trước tấm lòng hiếu thảo
Với ân sư, phụ mẫu, gia tiên

Chứng nhân thời Tự do, Nhân bản
Chữ Tâm, chữ Đức, đứng hàng đầu
Một cô gái hiền lành hiếu học
Và người Cha mẫu mực trước sau

Bố cục tình tiết rất rõ ràng
Tình cảm thanh cao lại nhẹ nhàng
Lời văn ngắn gọn nhưng hàm xúc
Những tấm hình xưa đẹp ngỡ ngàng!

Đọc xong, xin được viết đôi câu
Đơn sơ mộc mạc giữa đêm thâu
Tâm đắc với văn phong trong sáng
Từ tốn, chân thành, ấy ngọc châu

10/2017

**Tên tập hồi ký của văn thi sĩ Phương Hiền.*

RONG CHƠI KHẮP NẺO YÊN HÀ

Thân tặng Nhà thơ Ca Dao

1
Chiều nay mắt biển sáng long lanh
Càng thêm thơ mộng, đẹp tinh anh
Bởi ngọn gió thu hay đùa nghịch
Thổi tung tà áo trắng, hồng, xanh

2
Giữa ta bà cứ "thướt tha"
Rong chơi khắp nẻo yên hà, sơn xuyên
Hỏi nơi nào có suối Tiên?
Miền nào có núi Chân Tiên mây mù?

Xứ nào có hồ Tiên Du?
Có sông Cái, núi Vọng Phu, hòn Hèo?
Quê nào có ba ngọn đèo?
Bốn mặt là núi: núi Đeo, hòn Bà...?

Chúc nàng xinh đẹp như hoa
Rong chơi khắp nẻo yên hà, văn chương

Ngày 2/8/2022

- Thướt tha: chữ của Ca Dao.

- Suối Tiên: ở Diên Khánh; Núi Chân Tiên: ở Bà Rịa.

- Ninh Hoà có Hồ Tiên Du, núi Tiên Du, làng Tiên Du, chùa Tiên Du; Có sông Cái, núi Vọng Phu, hòn Hèo; Có 3 ngọn đèo: đèo Bánh Ít, đèo Rọ Tượng, đèo Cạnh; Có 4 mặt là núi: núi Đeo, hòn Bà, núi Vọng Phu, Hòn Hèo.

GRAND CANYON CẢM TÁC

Thân tặng: Phương Hiền-Phương Liên-Mai Dương

"Chúng mình ba đứa" phiêu bồng*
Từ tây sang đông rồi lại về tây
Tình bằng hữu mãi đong đầy
Hôm qua Nữu Ước..., hôm nay đại ngàn...

Đứng trên đỉnh núi đá vàng
Ôi chao! có phải Thiên đàng đây không?
"Chúng mình ba đứa" phiêu bồng
Đi khắp thế giới suối sông giang hà...

Chúc ba nàng đẹp như hoa
Ngày mai về lại quê nhà bình an
Sống vui vui sống thanh nhàn
Văn chương âm nhạc chứa chan tâm hồn

Oct. 28, 2025

**Chúng mình ba đứa: chữ của Phương Hiền.*

- Grand Canyon, thuộc Công viên Quốc gia Grand Canyon Hoa Kỳ, nằm ở bang Arizona. Grand Canyon, một hẻm núi của Sông Colorado, là một trong những Kỳ quan Thế giới, được UNESCO công nhận là Di sản Thế giới vào năm 1979.

- Bài này đã được phổ nhạc và hát.

TUỔI THƠ TÔI BẠN ƠI!

(Thân tặng Thi Văn Nhạc sĩ Cung Đàn)

Ngày xưa bạn đứng trong toa
Còn tôi đi cọp chạy ra cuối tàu
Chuông nhà thờ Đá đổ mau...
Tiếng còi tàu lửa tím màu thời gian

Ga khuya hiu hắt đèn vàng
Tiếng còi tàu giục... dạ càng nôn nao
Nhà nghèo học được là bao!
Cứ mong thứ Bảy 'bôn đào' về quê

Tiếng còi tàu rúc lê thê...
Bạn về xứ Vạn, tôi về xứ Ninh
Quê tôi cầu ván đóng đinh
Quê bạn cửa Vạn dập dình sóng xô...

Sông Hiền Lương chảy đôi bờ
Đại Lãnh, Đèo Cả, Vũng Rô... một màu
Hòn Ong, Bãi Giếng... ngọc châu
Ngát dừa Quảng Hội, thơm cau Vạn Bình...

Quê tôi có dòng sông Dinh
Và hòn núi tím tạc hình Vọng Phu
Ôm con chờ đợi thiên thu
Chồng đi chinh chiến mịt mù sơn khê

'Thời gian bôi xóa lời thề
Mẹ con hóa đá bên lề tháng năm'*
Hai dòng lệ đá âm thầm
Chảy hoài chảy mãi... biến thành trường giang

Hai con sông Cái, Đá Bàn
Ngày đêm gọi Đục, Vĩnh An hợp bầy
Thành sông Dinh chở tháng ngày
Chảy từ tim mẹ chất đầy nhớ thương

Tháng Ba đồng lúa vàng tươm
Ngẩn ngơ chú bé đứng nhìn Vọng Phu
Tháng Mười qua bến Mù U
Nhìn dòng nước lũ đỏ ngầu màu son

Ai làm cho Vọng Phu buồn?
Thẩn thơ chú bé héo hon tấc lòng
Tuổi thơ tôi một dòng sông
Và một ngọn núi: núi sông não nùng

Chập chùng xưa mỗi cuối tuần
Trên xe lửa bạn đã từng băng qua
Quê tôi cuộc đất hiền hòa
Sông Dinh - Núi Vọng khúc ca diễm tình

Dù xa xôi mấy Thái Bình?
Cũng không quên một xứ Ninh quê nghèo

Orlando 22/9/2007

**Ca dao*
- 42 câu.

256

HỒN ĐI THEO NGƯỜI

(30 khổ = 120 câu)

Thân tặng Nhà thơ Điềm Ca

1

Mười năm tiều tụy, xác xơ
Mười năm sau vẫn xác xơ, tụy tiều
Dòng 'Sông Tạnh' sao quạnh hiu?
'Trời Ra Giêng' gió sao heo hắt buồn?

Lệ vô sắc nhiễm trong hồn
Thất thơ đi giữa cô đơn cõi người
Mười năm ôm mảnh trăng côi
Lệ trăng lã chã... lệ người tái tê

Một thời trăng tỏ đường quê
Một đời người đứng bên lề nhân gian
Dòng sông mưa chảy hàng hàng...
'Gánh Hoàng Hôn' đổ tím 'Ngàn Hương' thơ

Mười năm xa cách bơ vơ
'Bên Này Biển Muộn' ai ngờ gặp nhau?
Niềm vui chưa nói hết câu
Vầng trăng đã xế, bên cầu xe qua

Ly bia, điếu thuốc, bình trà
Niềm vui chưa cạn đã qua một ngày
Một ngày qua chẳng ai hay
Chín mươi ngày bỗng sáng nay bay vèo...

Đêm qua ly rượu buồn thiu
Như ly rượu biết buồn vui theo người
Sáng nay điếu thuốc ngậm ngùi
Như điếu thuốc cũng nếm mùi biệt ly

Người về hay người ra đi?
Sáng nay tôi đứng bên cây ơ hờ
Tôi buồn hơn những câu thơ
Xưa hai người xướng họa chờ trăng lên

Tôi buồn hơn cả đỉnh buồn
Buồn tôi cộng nỗi cô đơn của người
Sáng nay người với mây trời
Đã bay mất hút... sao tôi còn nhìn?

Nhìn theo những vệt khói in...
Trời cao thăm thẳm cầu xin một lời
Tạ ơn Trời đã đưa người
Vượt qua biển Thái cùng tôi tương phùng

10

Mừng vui lên tới chín từng
Mừng vui như thể chưa từng mừng vui
Làm sao nói hết tình tôi?
Khi nhà vắng vẻ, khi người đã đi

Ngoài hiên bao thuốc, cái ly
Gạt tàn, hộp quẹt, giấy ghi kẻ hàng
Tôi ngồi lên chiếc ghế đan
Ghế êm êm, bạn vẫn nhường cho tôi

Bên kia người xếp bằng ngồi
Ngoài hiên nhà lưới mưa rơi hàng hàng...
Từng trang kỷ niệm lần đan
Giọng người ấm áp át ngàn tiếng mưa

Chuyện từ mấy chục năm xưa
Cứ theo ngọn thác vỡ đê tràn về
Cuộc đời xanh tựa giấc mơ
Cùng nhau sống lại tuổi thơ rạng ngời

Nói cười luyến tiếng, quen hơi
Quên thời gian để niềm vui tuôn tràn...
Chiều nay tôi thật biết buồn
Dù hôm qua biết sẽ còn buồn hơn

Sáng nay người về cố hương
Mình tôi ngồi lại nhớ thương muộn màng
Ngày dài rồi cũng phai tàn
Và đêm rất ngắn cũng mang theo người

Ngồi đây tôi với nỗi tôi
Nỗi lưu vong, với nỗi đời héo hon
Sáng nay tôi thật biết buồn
Mười năm cứ ngỡ nỗi buồn đã hoai

Nào ngờ buồn nỗi buồn dài
Buồn nỗi buồn ngắn, buồn hai phương trời
Buồn gần, buồn lại xa xôi
Niềm vui kia đã thúc thôi buồn này

Người đi rồi, tại nơi đây
Tôi châm đóm lửa buồn lây xứ người
Người đi rồi, xa thật rồi
Tôi châm điếu thuốc buồn lơi xứ người

Đời lưu vong hết lối, nơi
Tuyệt không thạch một cho tôi gối đầu
Ngày xưa Chức Nữ qua cầu
Cầu Ô Thước chắc cũng sầu như tôi
Dòng sông trắng đội mưa, trôi...
Chiếc cầu lẻ bóng muôn đời ngóng trông
Nay người từ cõi nhớ mong
Mang quê hương tới cả lòng sắt son

Đời tôi lưu lạc tha phương
Gặp người như gặp quê hương xóm làng
Gặp dòng sông, gặp con đường
Gặp đồng lúa chín, gặp hàng cau xinh

Gặp tán gạo đứng bên đình
Gặp cây cầu ván gập ghình bắt ngang
Gặp tình chị, gặp nghĩa em
Gặp lời ru mẹ giữa ngàn tiếng ca

Gặp trưa hè tiếng tu qua
Gặp trăng thu sáng ngõ hoa êm đềm
Gặp câu hò giọng ngọt mềm
Gặp tuổi thơ, gặp những đêm thanh bình

Bồi hồi chiêng trống hội đình
Mơ màng tiếng đại hồng chung lễ chùa
Nồng nàn ly rượu đón đưa
Rộn ràng tiếng pháo giao thừa nổ vang

Dạt dào tình nghĩa xóm làng
Xuyến xao én liệng, hân hoan sen hồng
Bâng khuâng sương phủ kín đồng
Ngậm ngùi chiếc lá sầu đông rơi đầy

Bồi hồi nhìn tháng ngày bay...
Tình quê kỳ diệu ngất ngây tâm hồn
Mười năm nhớ nước thương non
Như cây palm đứng cô đơn giữa đời

Mười năm góc biển chân trời
Chiêm bao hay thật tôi, người, gặp nhau?
Chín mươi ngày thoắt qua mau
Chiêm bao hay thật để sầu riêng tôi?

Nửa đêm tôi vẫn còn ngồi
Nơi ba tháng trước người, tôi, vui buồn
Tôi phà khói thuốc xoay tròn
Khói bay vòng lại vui buồn có nhau

Một ly bia giữa đêm thâu
Ly bia sủi bọt lệ đâu chảy dài?
Mười năm biệt xứ xa người
Chua cay nghìn nỗi thân tôi rã mòn
30
Gặp người, vui nỗi vui hoan
Xa người, buồn với mối buồn nguyên xi
Chiếc xe vụt đến rồi đi...
Còn tôi pho tượng hồn đi theo người

Orlando, 2 giờ khuya 26/7/2005
ngày Điềm Ca về lại VN.

- Sông Tạnh, Trời Ra Giêng, Gánh Hoàng Hôn, Ngàn Hương: tên 4 tập thơ của Điềm Ca.

- Bên Này Biển Muộn: tên tập thơ của Vinh Hồ.

A.TRÍCH NHẬN ĐỊNH VỀ "NHƯ BIỂN HỒ LAI LÁNG"

TRÍCH BÀI NHẬN ĐỊNH

Của Nhà văn Hoạ sĩ Uyên Nguyên tại Cali, HK:

VINH HỒ - THƠ CHẠM VÀO LỜI RU XA XĂM

"Một năm trời có bốn mùa
Mẹ tôi chỉ có nắng mưa ngút ngàn
Năm nay Đại Lễ Vu Lan
Hồi chuông Bát Nhã vọng vang xứ người"

- Vinh Hồ, Thương Mẹ

"Như Biển Hồ Lai Láng" là tên gọi của một thi tập, nhưng đồng thời là một minh chứng, một nén tâm hương, và là một tiếng vọng muôn trùng từ đáy lòng của người con đã trải qua gần trọn kiếp người mà vẫn chưa thôi nhớ Mẹ, chưa nguôi nghĩ về Cha. Thơ của Vinh Hồ là thơ của người đã từng nếm gió sa trường, ôm gông nhà tù, ngậm ngùi lưu vong – nhưng nơi sâu thẳm nhất, vẫn luôn là một người con đau đáu với hai bóng hình đã xa dương thế. Có lẽ, thi sĩ nào rồi cũng ít nhất một lần làm thơ về Cha Mẹ, nhưng viết được hàng trăm bài, trong suốt nhiều chục năm, với từng dòng là một nhịp tim thật, thì chỉ có thể là người mang trong mình nghiệp thơ trĩu nặng và một đạo hiếu khôn khuây. Đọc «Như Biển Hồ Lai Láng», ta không chỉ chạm vào nỗi đau riêng của nhà thơ, mà bắt gặp hình ảnh của hàng triệu Cha Mẹ Việt Nam từng còng lưng nuôi con giữa chiến tranh, tù ngục và ly tán. Mỗi bài là một lát cắt của thời cuộc, một ấn tích phận người. Có Mẹ nghèo đói ăn mặc rách vẫn ôm con dưới làn đạn réo, có Cha suốt đời âm thầm lặng lẽ như mặt trời soi sáng mà không đòi báo đền. Có những lời ru chưa kịp dứt thì con đã xa, và những giấc mơ đoàn viên chỉ tồn tại trong hư ảnh chiêm bao. Nhưng thơ Vinh Hồ không trói buộc độc giả trong bi lụy. Ngược lại, chính sự thật thà đến tận cùng, sự ngậm ngùi không tô vẽ đã mở ra một thứ ánh sáng – ánh sáng của lòng biết ơn, của sự thức tỉnh nhân tính. Những ai từng vô tâm sẽ biết xót xa. Những ai đang làm Cha Mẹ sẽ rưng rưng. Và những ai còn Mẹ còn Cha – có thể sẽ bắt đầu học cách thương yêu.

Không náo nhiệt, không triết lý, "Như Biển Hồ Lai Láng" chảy như một dòng suối mát, tưới tẩm cõi người đang khô cạn vì hối hả và vô tình. Nó nhắc ta về đời sống không thể thiếu đạo làm con, và chữ Hiếu không phải là bổn phận – mà là một vinh dự thiêng liêng trong kiếp làm người. Thơ Vinh Hồ đến với người đọc bằng một nhịp điệu trầm lắng, giản dị mà chân thành. Ẩn sau mỗi vần thơ là một đời sống trải nghiệm, một tấm lòng thủy chung với tình cảm gia đình và ký ức quê hương. Ông không cố tình gây ấn tượng mà chỉ lặng lẽ ghi lại những điều sâu xa trong lòng – như thể ai cũng có thể bắt gặp chính mình trong đó. Nơi thơ ông, ta nhận ra tiếng vọng của những điều thiêng liêng nhất: một lời ru, một ánh nhìn của Mẹ, một buổi chiều Cha gánh gồng trong im lặng. Và chính từ sự lặng lẽ ấy, thơ Vinh Hồ đang gợi nhắc, nâng đỡ, chạm đến và sẽ ở lại.

"Như Biển Hồ Lai Láng" không đơn thuần là tập thơ về Cha Mẹ. Nó là tập thơ về một thế hệ – thế hệ từng đi qua bể dâu mà không đánh mất nhân tính, không quên những tiếng ru đầu đời, không phủi tay với ký ức linh thiêng của Dân tộc. Nó khiến người đọc, dù trẻ hay già, đang ở đâu, làm gì – đều phải một lần dừng lại, cúi đầu, và thấy mình còn có một chốn để trở về: đó là lòng Mẹ, đó là bóng Cha, đó là cội nguồn đã âm thầm nuôi dưỡng tâm hồn ta nên người.

Bấy giờ, mỗi bài thơ là một nén hương thầm, xin mời bạn cùng thắp lên trong tĩnh lặng của trái tim.

Chốn Bụi, ngày 28 tháng 03 năm 2025

Uyên Nguyên

Nguồn: https://uyennguyen.net/.../uyen-nguyen-vinh-ho-tho-cham.../

TRÍCH BÀI NHẬN ĐỊNH:

Của Thi Văn sĩ Duy Xuyên tại Tacoma, HK:

VIẾT VỀ THƠ VINH HỒ

Viết về thơ VINH HỒ, ngàn lần cũng chưa đủ. Vì thơ của VINH HỒ là một hiện tượng khó tìm được ngôn ngữ, để có thể diễn tả được các tiết tấu, mà âm hưởng của thơ, vừa mang sắc thái lãng mạn rồi ngược dòng về cổ điển, mà chữ nghĩa tuy bình dị như vóc dáng, hiền hòa, trong thôn xóm quê ta, dường như vẫn đang còn sống tận mãi phương trời, có dòng sông, sóng vỗ thì thầm, xứ sở Việt Nam, của một loài chim biển, song ngẫm nghĩ cho thật kỹ, từng câu thơ, cách ghép vận, chúng ta mới định hình được những từ ngữ bác học vô cùng cao siêu của triết học Phật giáo Đông Phương.

Ai trong chúng ta cũng đều biết nhà thơ VINH HỒ đã trình làng nhiều Tuyển Tập thơ, để làm ca từ cho những nốt nhạc trầm buồn, cho các ca-nhạc-sĩ đã từng sáng tác, rồi sau đó tiếng hát lưu ly trong như thủy tinh dễ vỡ của ca sĩ, hòa lẫn với thanh âm trầm và đục như loài cá vàng đang chìm nghỉm tận đáy sâu của mạn thuyền, vẫy đuôi vọng về, hòa tan trong bầu trời đang có vầng mây tím bay thật thấp, đã trở thành một hiện tượng hiếm quý ngày nay trong VĂN HỌC HẢI NGOẠI. Nhiều bài thơ của THI SĨ VINH HỒ cũng đã được các nhạc sĩ tài danh phổ thành nhạc.

Nhà thơ VINH HỒ thường viết thơ với lý lẽ của

tình cảm, hay vì cái căn duyên của nghệ thuật, hay vì tiếng réo gọi của hồn thơ.

Thật vậy, qua thơ với những con chữ rung động, có những thanh âm bùi ngùi; chúng ta cũng đã tìm thấy lời thơ và tiếng thơ rất độc đáo trong thơ VINH HỒ.

Tôi hân hạnh được đọc Tuyển Tập Vinh Hồ đủ các thể loại với nhiều khuynh hướng cổ điển, trữ tình, mang nhiều chủng tử lãng mạn và hiện thực...

DUY XUYÊN
TACOMA, 17/7/25

TRÍCH 2 BÀI NHẬN ĐỊNH:

Của Thi Văn Nhạc sĩ Cung Đàn ở Úc Châu:

BÀI I. GIỚI THIỆU THI SĨ VINH HỒ

Thi sĩ Vinh Hồ, sinh năm 1948 tại Ninh Hòa – là một nhà thơ mang tình quê đằm thắm và tâm hồn mẫn cảm. Từ thời còn là học sinh trung học trước 1975, anh đã sớm bén duyên với thi ca, góp mặt trên văn đàn qua báo Văn danh tiếng.

Anh sở trường về đủ loại thơ, từ ngũ ngôn đến lục bát, đến thất ngôn kể cả thơ Đường luật thất ngôn bát cú...

Thơ của anh như dòng nước quê nhà, chảy từ

đồng ruộng mộc mạc đến nỗi niềm sâu kín về quê hương Ninh Hòa qua dòng sông Dinh hiền hoà, đến ngọn Hòn Hèo mây phủ, đến Hòn Vọng Phu nghĩa tình... Nhiều bài thơ của anh đã được các nhạc sĩ tài danh phổ nhạc .

Qua từng câu thơ, người đọc thấy được hình ảnh quê hương từ lúc thanh bình đến thuở chiến tranh, nỗi đau tù đày sau tháng năm dài cải tạo, cho đến tha phương quê người. Anh vẫn giữ tình thương chân thành dành cho cha mẹ già trong tác phẩm *Như Biển Hồ Lai Láng*. Anh viết cho hiền thê Thuỷ Tiên với tình nghĩa thủy chung qua *Gánh Gạo Nuôi Chồng* – tác phẩm cảm động về sự hy sinh cao cả và đợi chờ của người vợ hiền. Đến nay anh đã cho ra đời 10 đứa con tinh thần mà anh hằng ấp ủ.

Dù có ý định gác bút với tập thơ Ẩn Dật cuối cùng, nhưng trong lòng người yêu thơ, tiếng thơ của Vinh Hồ vẫn luôn ngân vang, đầy nhân ái và chân thành đối với hằng triệu dân Việt trẻ già ở trong và ngoài nước.

Để kết thúc tâm tình này, xin viện dẫn mấy dòng thơ trìu mến của anh về Xứ Ninh :

"Dù cho đá lở non mòn
Tình quê Ninh vẫn sắt son một lòng
Sông Dinh còn chảy còn trong
Vọng Phu còn đứng còn mong người về
Dù cho cách trở sơn khê
Người quê Ninh chẳng quên quê hương mình"

Chúng tôi tha thiết giới thiệu tên Anh cùng độc giả bốn phương.

Cung Đàn
July 20, 2025

BÀI II. NGHE NHẠC NGÀY ẤY THIÊN DUYÊN

Nửa đêm gần sáng nghe nhạc Rumba Bolero qua bài Ngày Ấy Thiên Duyên thật thấm.

Dòng nhạc Rumba nhịp nhàng như là bảo vật và hồn dân tộc nằm trong đó. Lời thơ thì quá tuyệt vời mà dòng nhạc cũng thánh thoát tuôn chảy rất dễ làm khao khát say mê hồn người nghệ sĩ, ca sĩ lẫn nhạc sĩ dạo đàn.

Tiếng hát của ca sĩ Quang Châu rất diễn cảm. Nhạc nhã của nhạc sĩ hoà âm Vũ Thế Dũng đầy kinh nghiệm có thừa, dư sức quyến rũ. Video clip của Huyền Ái cũng khá ăn khớp với nội dung bài thơ.

Đây quả thật là món quà quý báu và thật tuyệt của Hồ huynh dành cho tỷ Đoàn Thuỷ Tiên trong mùa Valentine còn vương vấn!

Hoan hô đứa con tinh thần thứ nhì của Hồ huynh là nhạc phẩm Ngày Ấy Thiên Duyên thật tuyệt vời vì đã có những bước đi vững chãi bên cạnh ân sư Nhạc sĩ LMST thì không lo gì.

Huynh đang mang "đôi hia bảy dặm" bay bổng trên bước đường âm nhạc qua nghệ thuật tự sáng tác thơ và phổ nhạc!

Một lần nữa chúc mừng Hồ huynh với một nhạc phẩm mới đang làm đẹp lòng người bạn đời của mình yêu kiều hạnh phúc! Chúc mừng chúc mừng!!!

CUNG ĐÀN
Úc Châu, Feb 25, 2020

TRÍCH BÀI NHẬN ĐỊNH:

Của Nhà văn Nhà thơ Nguyễn Thị Phương Hiền ở Sài Gòn:

KIẾP SAU XIN LẠI ĐƯỢC LÀM CON CỦA NGƯỜI

Nhận được bản thảo thi tập "Như Biển Hồ Lai Láng" của nhà thơ Vinh Hồ, lòng tôi dâng tràn nỗi nhớ - nỗi nhớ Cha Mẹ đã theo thời gian trầm lắng, nay lại dạt dào như sóng vỗ bờ khi đọc những vần thơ lai láng cảm xúc của Anh.

Có phải với Cha, con vẫn bé bỏng? Và con ước ao được trở về thời thơ ấu có Cha:

Thuở còn thơ cha ru con ngủ
Lời ca dao xao động tâm hồn
Công đức cha như núi Thái Sơn
Tình thương mẹ bằng trời bằng bể

(Cha Ru Con Ngủ)

Với Cha, con có bờ vai để tựa:

Như ánh nắng mặt trời
Cha cho con hy vọng
Sau mùa đông lạnh cóng
Hoa xuân nở tốt tươi

(Tình Cha Thầm Lặng)

Vì con, Cha chẳng nề hà vất vả:

Cha một đời âm thầm
Bên đàn con bé bỏng
Dù gió bấc mưa dầm
Vẫn cày sâu cuốc bẫm

(Cha Một Đời Lặng Lẽ)

Vì con, Cha chấp nhận mọi gian nan:

Thời lưu vong, lái một chiếc thuyền
Chở gia đình vượt biên nguy hiểm
Thuyền gặp nạn lạc trôi trên biển
Nhờ ơn trên đến bến bình yên

(Cha Một Đời Trôi Nổi)

Viết đến đây, tôi nhớ có lần một người bạn đã nói với tôi: "Sao em hay nhắc về Cha mà ít nói về Mẹ nhỉ? Có phải em thương Cha nhiều hơn Mẹ?!". Tôi đã trả lời anh rất nhanh: "Ồ, em thương Mẹ lắm chứ, Mẹ đã mang nặng đẻ đau, đã chăm sóc em từ tấm bé, đã trải bao vất vả vì em. Mà, em càng thêm thương Mẹ khi ý thức được là: Cha rất yêu thương Mẹ, và cả Cha cùng Mẹ đã yêu thương em vô bờ bến..."

Mẹ đã cho con tất cả:

Trên đồng cạn suốt ngày vất vả
Da bọc xương quên cả thân mình
Một đời lao khổ hy sinh
Công dung ngôn hạnh nghĩa tình đậm sâu

(Mẹ Tôi)

Mẹ đã dành cả đời mình cho con và Cha của con:

Thời chiến hoá thân nàng vọng phu
Đổi đời cô quạnh ánh trăng lu
Âm thầm sầu khổ xuân rồi hạ
Đằng đẵng u hoài đông tới thu

(Vợ Chờ Chồng Cạn Hết Tuổi Xuân)

Mẹ sẵn sàng hy sinh để con có cuộc sống tốt đẹp hơn:

Vì con mẹ gánh những long đong
Gánh hết mùa đông vẫn chưa xong
Gió táp mưa sa mẹ vẫn gánh
Chưa một ngày nào được thong dong

(Vì Con Mẹ Gánh Đến Mãn Đời)

Ôi, biết làm gì để đền đáp tấm lòng của Mẹ và Cha! Khi con hiểu được chữ hiếu, thì đã muộn:

Ráng chiều tím cả trời tây
Hồn thiêng mẹ đã theo mây về Trời...
Mùa đông chiếc lá vàng rơi
Hồn thiêng cha đã về nơi Niết Bàn

(Mẹ Cha Còn Mãi Bên Đời)

Giá mà con sớm hiểu được tình thương vô bờ bến Cha Mẹ đã trao cho con, thì giờ đây con đã không phải khóc:

Tháng Bảy mưa ngâu giọt giọt sa
Giật mình nhớ đến Mẹ cùng Cha
Hoa hồng trắng khẽ cài trên ngực
Kỷ niệm xưa về dưới mái nhà

(Vu Lan Cảm Tác)

Con của Cha và Mẹ, giờ đây tuổi đã xế chiều, tóc ngả màu sương tuyết, thế mà vẫn mong quay ngược bước thời gian về chốn cũ:

Giờ muốn thời gian quay ngược
Trở về cái thuở ấu thơ

(Giờ Muốn Về Ngồi Bên Mẹ)

Và thương biết bao những bà mẹ thời chiến:

Nắng mưa đã nhạt má hồng
Chiến tranh tù ngục hết chồng lại con

(Thương Mẹ)

Và phủ nỗi buồn lên tất cả là nỗi niềm của bà mẹ quê hương:

Chín năm khói lửa mịt mùng...
Chia ly mất mát vạn trùng khổ đau
Thế rồi hai mươi năm sau
Nồi da xáo thịt giết nhau từng ngày
Mẹ ngồi nhìn áng mây bay
Đã mòn con mắt con đi chưa về

(Lời Ru Buồn Tận Thiên Thu)

Phận làm con, xin dâng lên Cha và Mẹ - người thương của Cha - nỗi niềm:

Trong những chuyến đi của cuộc đời
Hình ảnh Cha luôn ở bên tôi
Từ thuở còn thơ ngây bé bỏng
Lòng đã ghi sâu khắc đậm rồi!

Nụ cười ấm áp nở trên môi
Bàn tay mạnh mẽ đỡ nâng tôi
Bao năm chăm sóc với lo lắng?
Niềm tin và lý tưởng cao vời

Những khi yếu đuối lệ sầu rơi...
Tình Cha ấm áp ủi an tôi
Sẵn sàng vực tôi hãy đứng dậy!
Vượt qua mọi sóng gió cuộc đời

(Cha Luôn Ở Bên Tôi - thân tặng Phương Hiền)

Cám ơn nhà thơ Vinh Hồ nhiều lắm, đã viết tặng tôi bài thơ cảm tác sau khi đọc tập hồi ký "Cha Mãi Bên Đời" ra mắt tại Cali, USA, ngày 05/11/2017. Nhân đây, xin ôn lại kỷ niệm...

Được biết Anh năm 2014 trên văn đàn www.ninh-hoa.com, tôi đã gởi anh lá thư làm quen và anh đã trả lời thư thật thân ái với "lời có cánh": Viết thư hay như vậy thì chắc phải có làm thơ và viết văn? Anh đã nói thế, buộc lòng tôi phải tập làm thơ và viết văn, chứ đâu còn cách nào khác? Và điều đó cũng có nghĩa là Anh đã đặt cây bút vào tay tôi và bảo: Em viết đi!

Kể từ ngày ấy, cuộc đời tôi bước sang con đường mới đầy hứng khởi và niềm vui. Một lần nữa, xin cám ơn Anh, cám ơn Anh nhiều lắm. Và tôi nghe như có tiếng Cha tôi cười nói: "Con chuyển lời cám ơn của Cha đến Anh ấy nhé!"

Nguyễn Thị Phương Hiền
Saigon, tháng Ba năm 2025

TRÍCH 2 BÀI NHẬN ĐỊNH:

Của Nhà thơ Nhà bình thơ Trần Minh Hiền ở FL, HK:

BÀI I: ĐỌC BÀI THƠ "ẨN DẬT 2" CỦA THI SĨ VINH HỒ

Bài thơ diễn tả tâm trạng của 1 người nông dân lao động trong 1 hợp tác xã nông nghiệp 7 năm, sau đó tìm đến thiên nhiên núi rừng làm rẫy sống ẩn dật trong thời gian 8 năm (trước khi đến Mỹ định cư):

"Chiều nao qua bến Cây Sung
Hòa Sơn tím ngắt một vùng hoang vu
Bên này Hòn Thượng sương mù
Bên kia Giồng Cốc khói thu xây thành"

Tác giả vẽ nên 1 bức tranh thuỷ mặc đẹp vô cùng, lồng trong cuộc sống của người ẩn mình trên non cao vui cùng thiên nhiên cây cỏ an nhiên tự tại "bước cao, bước thấp tự do khôn cùng". Điệp khúc lặp đi lặp lại qua bến Cây Sung như 1 bài ca thoát tục.

"Đôi bờ cô tịch tâm tình cùng ta
Lắng nghe sương khói giang hà
Nửa đêm thiền định, chiều tà nghêu ngao"

Từng chữ từng câu đắc địa, tiêu dao, thiền định để quán chiếu cuộc đời. Thật là tuyệt vời, thật là khí phách. Thi nhân cám ơn đời, cám ơn thiên nhiên, cám ơn dòng sông, cám ơn trái sim, cám ơn tách trà phong lan rừng. Đọc bài thơ nhiều lần ta càng say đắm chữ nghĩa, ngôn từ, ý tứ sâu xa, đắc địa, thật chẳng thể có từ nào đủ để chia sẻ, say mê, hâm mộ...

Thi sĩ Vinh Hồ viết rất nhiều thơ từ ngày ông còn rất trẻ khi học Trung học đến bây giờ, từ trong nước ra đến hải ngoại, từ Đường luật, Lục bát, đến Thơ mới, thơ Tự do, bài nào cũng hay cũng sâu sắc, nhẹ nhàng, thanh thoát.

Mời đọc khổ cuối của bài thơ đặc sắc này:

"Chiều chiều qua bến Cây Sung
Sống đời ẩn dật vui cùng cỏ cây!
Bao năm bao tháng bao ngày
Ngoài vòng cương tỏa áng mây giữa trời"

Đọc đi đọc lại, nhâm nhi tách trà, thấm thía từng chữ, từng lời, từng câu, từng ý, để cảm hiểu hướng thượng, để chia sẻ cùng thi nhân "trong ta tịch tịnh tâm an nở bừng" và "ngoài vòng cương tỏa áng mây giữa trời".

Cám ơn thi sĩ Vinh Hồ đã cống hiến cho đời một

bài thơ thật mộc mạc, chân thật, nhưng chứa đựng ý tứ thâm sâu.

Trần Minh Hiền
Orlando ngày 30 tháng 3 năm 2015

BÀI II. ĐỌC BÀI THƠ SONG NGỮ "TÔI GẶP NÀNG TRONG GIẤC MỘNG XANH" CỦA NHÀ THƠ VINH HỒ

Nói đến Orlando, chúng ta không thể không nhắc đến nhà thơ Vinh Hồ (VH) nói đến Ninh Hòa, chúng ta cũng không thể không nhắc đến nhà thơ VH, và nói đến Hội Văn Nghệ Tự Do, chúng ta cũng không thể không nhắc đến nhà thơ VH. Bởi vì đối với cộng đồng người Việt ở thành phố đất lành chim đậu Orlando, Florida, Hoa Kỳ thì cái tên VH rất quen thuộc và thân thương. Bởi vì đối với quê hương Ninh Hòa hiền hòa thì người con VH đã làm rạng danh quê hương bằng những vần thơ tuyệt mỹ. Bởi vì Nhà thơ VH đã sáng lập ra hội Văn Nghệ Tự Do và lèo lái con thuyền văn nghệ tự do đến những bến bờ tươi đẹp.

Tôi đọc thơ của nhà thơ VH từ lâu, nhiều lần và lần nào, bài nào, cũng cảm nhận ra những điều lý thú độc đáo của 1 hồn thơ sâu sắc khơi dậy những nỗi niềm day dứt về thân phận con người và quê hương xứ sở, thấm đượm tình người, tình yêu muôn thuở. Hôm nay, người viết bài này (TMH) muốn giới thiệu đến quý vị bài thơ song ngữ do chính tác giả viết bằng Việt ngữ rồi dịch sang Anh ngữ, bài thơ dài 8 khổ, xin trích 2 khổ đầu:

Karen: Hoa Hậu của hồn tôi
Dung nhan nàng xinh đẹp tuyệt vời
Tôi gặp nàng trong mỗi buổi sáng
Thầm gọi tên nàng Karen ơi!

Tôi gặp nàng trong giấc mộng xanh
Cùng bạn bè và toán lữ hành
Nàng đứng trên du thuyền màu trắng
Trông nàng rất vui vẻ hiền lành

Tác giả dịch sang Anh ngữ như sau:

Karen: Queen of my soul
Her countenance is so beautiful
I meet her every morning
Silently call her name oh Karen!

I met her in my blue dream
With friends and tourist teams
She stood on a white yacht
She looked very good-nature and glad

Từng từ, từng chữ đắc địa, độc đáo, gợi tình, gợi cảm, thật là đặc sắc, càng đọc càng thích thú và kinh ngạc. Bản dịch Anh ngữ hay ở chỗ vẫn giữ vần răm rắp như bản Việt ngữ, mà không phải dịch giả nào cũng làm được.

Những năm tháng bể dâu đã giúp nhà thơ làm những bài thơ xuất sắc trong 2 thi tập: Thơ VH, Bên

Này Biển Muộn. Cuộc sống nơi xứ người tất bật với công ăn việc làm, cùng nhiều áp lực khác, vẫn không làm thui chột tình thơ của một nhà thơ tài hoa, thơ ông trải lòng ra với tha nhân, bè bạn, với cuộc đời, với tình yêu, với người bạn đời chung thủy. Thơ của thi sĩ VH ngày càng chững chạc, phong phú, đa dạng, sâu sắc và tinh túy, tinh tế hơn. Tôi không thể kể ra hết tất cả những bài thơ của nhà thơ đặc biệt này, nhưng nói chung thơ của ông điêu luyện, chín chắn, tinh xảo. Viết tiếng Việt đã khó mà tự dịch sang tiếng Anh thì càng khó gấp bội, nhưng VH cũng đã rất thành công trong bài thơ song ngữ của mình. Ngồi đọc thơ VH, hay nghe những bản nhạc phổ từ thơ của ông, từ những nhạc sĩ LMST, Linh Phương, Cung Đàn, Vĩnh Điện... trong không gian của mùa Thu xứ người thì thật là thú vị! Người viết có may mắn gặp gỡ quen biết với thi sĩ VH từ năm 1995 và càng ngày càng nhận ra nhiều nét tài hoa cũng như tính cách chính nhân của thi sĩ VH. Sang định cư ở xứ người làm việc cật lực cùng với phu nhân để nuôi hai con trai thành tài, vừa tiếp tục sáng tác và sinh hoạt cộng đồng. Thi sĩ VH đã sáng tác không mệt mỏi và cũng là 1 cây bút biên khảo nghiên cứu, được nhiều độc giả mến mộ. Thơ VH hay trong ý tứ, độc đáo trong nghệ thuật dụng ngữ, dụng từ, vừa chân chất mộc mạc, vừa rất đỗi thanh thoát, thăng hoa và tràn ngập thi hứng trong từng câu chữ. VH đã đóng góp vào thi đàn Việt Nam Hải Ngoại nhiều bài thơ như thế.

Trần Minh Hiền
Orlando, ngày 2 tháng 10 năm 2012

B. TRÍCH NHẬN ĐỊNH VỀ "NGÀN HƯƠNG, TÌNH QUÊ"

TRÍCH BÀI NHẬN ĐỊNH:

MỘT LÀN HƯƠNG QUÝ*

Vinh Hồ và Điềm Ca trước hết là những nông dân yêu thơ. Họ làm thơ từ rất lâu, nhưng làm thơ đối với họ là một thú vui tao nhã, là bày tỏ nỗi mình trước thiên nhiên, cuộc sống. Đó là những tâm tình muốn trang trải cho nhau sau những buổi cày bừa mệt nhọc, sau vụ gặt tất bật, hay sau những trận lụt nước ngập trắng đồng. Cứ như thế họ làm thơ. Cho nên thơ họ, chủ yếu là thơ Đường luật mang dáng dấp của một cô gái nông thôn chân chất, thật thà, duyên dáng và lạc quan. Có thể nói Điềm Ca và Vinh Hồ là những người làm thơ hiếm hoi trong thời đại ngày nay còn trung thành với thơ cổ điển và rất có công trong việc đem thể thơ Đường luật phục vụ cho nhu cầu giải tỏa những thiếu vắng về đời sống tinh thần của người nông dân Việt Nam. Họ đã kéo thơ

Đường từ chỗ sang trọng quyền quý, từ chỗ chỉ dành riêng cho giới trí thức ít ỏi trong mọi thời về với đại đa số nhân dân - những người chân lấm tay bùn suốt đời thua thiệt. Vì vậy thơ Đường luật của họ là tiếng nói đích thực của nông dân. Niềm vui và nỗi lo lắng của nông dân. Họ không hề tuyên ngôn, nhưng càng đọc họ, chúng ta càng thấy rõ điều này: Làm thơ đối với họ trước sau vẫn chỉ là "cho vui trí", "để hả lòng" mà thôi.

"Khi buồn tìm bạn cho vui trí
Lúc hứng làm thơ để hả lòng"

(Tìm bạn - Điềm Ca)

Họ chỉ muốn thơ của mình là:

"Trái đậu quả cà ngàn nốt nhạc
Vòng khoai hàng chuối những câu thơ"

(Khúc ca làm ruộng - Vinh Hồ)

Với cái tình quê, hương quê chỉ ở nơi "lúa đứng đòng đòng, sương ngậm ngọc - thơ Vinh Hồ" mới có mà thôi.

"Ngọt lự trả canh bầu tép giả
Thơm lừng nồi cháo hến tiêu kho"

(Tình ca - Điềm Ca)

Đến việc uống rượu ngắm trăng thì cũng những người như các anh mới thấy được, cảm được những cảnh đẹp như thế này:

"Trăng gác hàng cau, cau bẽn lẽn
Rượu kề môi khách, khách lâng lâng"

(Đêm ở quê - Điềm Ca)

"Sương đầm lá chuối, đêm thanh tĩnh
Trăng ướt tàu cau bóng thuỷ ngân"

(Bài hoạ - Vinh Hồ)

Là những người nông dân thức khuya dậy sớm, nhưng Điềm Ca và Vinh Hồ đã sáng tạo được những câu thơ hay, mà là thơ cổ điển, thơ Đường luật hẳn hoi. Đọc trong toàn tập, chúng ta thấy có những bài nghiêm ngặt về đối, luật, luận, chững chạc về ý tứ và tất cả như toát ra một nét đẹp gần gũi, thân thương, khiến ta yêu được hoàn toàn. Những bài "Trăng tan" của Điềm Ca hoặc "Ninh Hoà" của Vinh Hồ là những bài như thế.

Tôi tự thấy đã quá nhiều lời, mà đúng ra thì thơ của hai anh sẽ nói với các bạn nhiều hơn mới phải. Tôi chỉ xin được nói một lời trang trọng: Đây là một tập thơ của hai tâm hồn đồng điệu rất mực đáng yêu! Và nên đọc.

ĐẶNG SĨ TỊNH

**Nhân đọc tập thơ "Ngàn hương" của Điềm Ca và Vinh Hồ do Hội Văn học Nghệ thuật Khánh Hòa xuất bản tháng 5-1994.*

-ĐẶNG SĨ TỊNH: tức cố thi sĩ Triệu Phong, quê Quảng Trị, thường trú tại Nha Trang, Hội viên Hội

Văn học Nghệ thuật Khánh Hòa, tác giả của thi tập "Giấc Ngủ Nửa Vầng Trăng".

TRÍCH BÀI NHẬN ĐỊNH:

NGÀN HƯƠNG CÁI BẮT TAY GIỮA THIÊN NHIÊN VÀ CON NGƯỜI

-TÔN PHONG

Ngàn hương (*) mở ra ngan ngát một vùng cỏ nội hoa ngàn, bao cảnh trí, màu sắc lung linh của một vùng thôn dã:

"Trăng rước rằm lên sáng ngọn cau
Trải qua đồng ruộng, ngập vườn trầu
Sân vàng uống nguyệt chơi vơi chén
Ao biếc chao mây lóng lánh màu

(Vinh Hồ - Trăng rằm)

Đồng thời mở ra một vùng đất với những tên sông, tên núi, gò bãi... mới nghe đã vang vọng lòng người: Gò Dền, Đất Lớn, Thác Kênh Kênh, Sông Lốt, Núi Ổ Gà, Mả Khách... Đó, sản phẩm của thời gian hun hút được đánh đai vào ký ức làm cột mốc cho kẻ xa quê khi hướng về đất mẹ:

Sáng đứng trên giồng Cô Bốn ngắm
Chiều ngồi dưới thác Kênh Kênh trông
Sông Dinh, sông Lốt tên sông ấy
Ai đặt chi hai để nặng lòng?

(Vinh Hồ - Sông ấy)

Thiên nhiên - Con người được kết dính bởi khái niệm Quê hương. Quê hương dù mở rộng hay quy tụ vẫn luôn hiện hữu cả một đời người cho đến chung cuộc.

"Sáng dạo đồng xanh hương cỏ quyện
Chiều nhìn quãng vắng cánh cò bay
Đêm trăng lồng lộng hương trà ngát
Đâu có tình quê có chuyện này"

(Điềm Ca - Lòng quê tự cảm)

Mùa xuân là thời khắc thiên nhiên khoả thân, mà có ở nông thôn, ta mới cảm thấy hết vẻ đẹp kỳ diệu của thiên nhiên:

Mưa tạnh trời quang dáng núi gầy
Rừng xuân trẻ lá nắng xuân rây
Hoa lăng nở tím đường lên rẫy
Chim khướu hót tràn ngả bứt mây

(Vinh Hồ - Rừng Xuân)

Từng ấy tình, từng ấy cảnh được chuyển tải qua từng trang thơ Đường luật 7 chữ 8 câu là một thử thách đáng kể của hai tác giả Điềm Ca và Vinh Hồ. Già nửa thế kỷ qua, Đường luật ngày càng mai một. Làm Đường luật đã khó về thi pháp (niêm, luật, vận, phá, đối, luận, kết, v.v...) Đọc Đường luật cũng không dễ. Phải thanh thản cõi hồn, nhàn nhã phần xác, từ tốn và nhâm nhi các khoảng lắng của từng câu chữ. Từ xa xưa Đường luật gần như là của riêng của các bậc khoa bảng, vua quan, lúc thì rao giảng nghĩa khí, khi thì làm thú tiêu dao trong chén rượu, cuộc cờ. Ngôn ngữ thơ Đường xưa đầy ước lệ, dùng đến điển tích thì mắc mỏ, tách khỏi mối quan hệ đời thường, nên không được giới bình dân ưa chuộng. Ngàn Hương của Điềm Ca và Vinh Hồ như chiết từ bình cũ ra thứ rượu mới, tác giả đã hiện đại hóa ngôn ngữ trong thơ, hiện đại mà không vấp vào ước lệ mới. Ngôn ngữ Ngàn Hương mang đậm màu sắc dân gian - kho tàng còn nhiều thứ để cho thơ ca nếu ta biết quay về:

"Cắn từng trái ớt đem đi chợ
Mót mớ rau canh bán đổi dầu
Bấc động bên lò rang mẻ bắp
Nồm giong trong nắng tưới rò rau"

(Điềm Ca - Người mẹ quê)

Như vậy, Đường luật xứng đáng được có mặt trong dòng chảy của thơ ca đương đại.

"Khoảnh dưa đãi ngọn bò chung bí
Đám ớt đâm bông đứng cạnh cà"

(Vinh Hồ - Bài hoạ)

Mà cây cỏ có khác gì người, cũng tình làng nghĩa xóm quấn quít bên nhau "bầu ơi thương lất bí cùng". Luận về cảnh quê vừa tĩnh lặng, vừa sống động:

"Sương đầm lá chuối đêm thanh tĩnh
Trăng ướt tàu cau bóng thuỷ ngân"

(Vinh Hồ - Bài hoạ)

Cái vất vả trong lao động, với vẻ đẹp thiên nhiên,

tạo nên lực hỗ tương của lòng tin vào thành quả để nhận lĩnh xứ sở với chất chứa bao tình:

"Cái cày cái quải mang vai nặng
Tay cuốc tay roi bấm cẳng mò

(Điềm Ca - Tình quê)

"Trăng lồng đáy nước tre chìm bóng
Vàng dát đầy hiên cảnh chuyển màu

(Điềm Ca - Bài hoạ)

Đọc Ngàn Hương thấy hiện lên một làng Điềm Tịnh trong xứ sở Ninh Hoà, gợi ta tưởng nhớ đến một quê hương của chính mình - kỷ niệm thôn trang vang vọng bần thần. Ôi! Một thời đằm thắm, hồn nhiên chưa bị văn minh hàng hoá làm lu mờ.

"Hương sắc làng quê nghe dịu ngọt
Khiến người xa xứ cứ lâng lâng"

(Điềm Ca - Hương quê)

Tháng 5 -1994
T.P

(*) Tập thơ của hai tác giả Điềm Ca và Vinh Hồ. Hội VHNT và Nhà văn hóa tỉnh Khánh Hòa, 1994.

-T.P: tức cố thi sĩ Tôn Phong, quê Cố đô Huế, thường trú tại Nha Trang, Hội viên Hội Văn học Nghệ thuật Khánh Hòa, tác giả của thi tập "Mong Manh".

TRÍCH BÀI NHẬN ĐỊNH:

ĐỌC "TÌNH QUÊ" THI TẬP CỦA VINH HỒ *

Trong lúc người ta đang vật lộn với cái ăn cái mặc thì tôi, Vinh Hồ và Điềm Ca, ngoài cái bươn chải cho cuộc sống đời thường, còn mang nặng thêm nghiệp dĩ của người thích được nghe thơ và làm thơ. Khói lửa đã dạy cho tôi nỗi bất hạnh, những mất mát mà lẽ ra tôi không được có. Cho nên khi về đây, quê hương Điềm Tịnh yêu dấu này, tôi mới cảm nhận ra rằng không có gì đẹp bằng quê hương, không gì trìu mến hơn luỹ tre làng và đồng xanh... và nước mát - những kiếp đời đã chịu thương chịu khó, ăn ham chắc, mặc ham dày... Đọc "Tình Quê" của Vinh Hồ, tôi đã đồng cảm ngay, bình dị mà sâu sắc, chơn chất mà mang nặng nghĩa tình, trong sáng như đôi trai gái quê - tình yêu đến giữa những đêm trăng thôn dã nghe mà thâm trầm - mà náo nức:

"Trăng lên lồng lộng... Hai cô gái!
Cùng đẹp cùng son trẻ rộn ràng"

(Tát Nước)

"Thương kẻ chân quê đời vất vả
Nên sông Dinh chở nặng phù sa"

(Quê Tôi)

Tình yêu quê hương, tình yêu đôi lứa không dừng lại ở thời gian và không gian, nó vượt lên trên, vi vút như tiếng sáo diều, mời gọi mà thanh thoát:

"Hương tóc khẽ đưa ngàn sợi gọi...
Nụ hôn đầu cháy bỏng tim câm"

(TRĂNG THÁNG NĂM 1)

Nhưng nụ hôn đầu vừa cháy bỏng trong tình yêu đôi lứa dưới ánh trăng rằm, bỗng vỡ tan dưới màn đêm của xã hội phong kiến xưa còn chất chứa tiềm ẩn, để rồi thi nhân phải thổn thức:

"Cũng bởi ngày xưa khe khắt quá!
Sầu chia đôi ngả nụ tình câm"

(TRĂNG THÁNG NĂM 3)

Ai cũng có một thời xuân trẻ để yêu và để sống, như có một quê hương để nhớ và để thương. Khi trở lại quê nhà, cảnh cũ vẫn còn đây - người xưa vẫn còn đấy, sao bỗng chốc thấy lòng se thắt lại, một chút dịu ngọt của tình yêu đầu đời đã đi qua bỗng hoà nhập với sức sống mãnh liệt của vạn vật để thi nhân phải xót xa:

"Thương em độ tuổi xuân xanh ấy
Chờ đợi cô đơn lỡ một đời"

(Thương Em)

Nếu trong tình yêu, Vinh Hồ đã chọn đúng những cung bậc tình cảm của nó, dẫn dắt người đọc đi từ trạng thái tâm lý này, đến trạng thái tâm lý khác, bằng chất liệu hồn thơ tự nhiên mà sâu lắng, đã để lại cho người đọc cái âm hưởng bùi ngùi, thì chính anh cũng đã thành công trong cái vực dậy của lớp người cùng khổ, chịu thương chịu khó, một nắng hai sương. Anh đến rất nhẹ nhàng mà tê buốt, man mác một nỗi buồn thân phận:

"Chân lấm tay bùn' ôm gốc rạ
Bữa no bữa đói cậy cây cà"

Nhưng:

"Sống giữa một tình quê đẹp lạ!
Lũy tre, đình cũ, ánh trăng xa"

(Sau Luỹ Tre)

Vì sau luỹ tre ấy, Vinh Hồ đã sống những ngày rất thực, đã hoà nhập với lòng người - với những ước mơ bình dị bao đời - chất chứa buồn vui lẫn lộn. Sự cực khổ nào cũng sẽ được trả giá, đền đáp tương xứng, nhưng ở đây, cuộc đời của những người làm ruộng đôi khi lắm phũ phàng: cắm cây mạ đã lo thiếu nước, mưa một đêm nước đã ngập trắng đồng, những buổi cày trưa mồ hôi trộn lẫn với bùn đất, những ngày mưa phùn giá rét co ro trong chiếc áo tơi. Nỗi khổ chất chồng nỗi khổ, nhưng họ vẫn vui sống, sống vui, vì họ có một "TÌNH QUÊ".

Xếp tập thơ lại, tôi vẫn còn nghe đâu đây hình ảnh những ngày mùa tất bật, những đêm trăng sáng qua chỗ em nằm... hoa khế rụng mùa Xuân đã qua trên dòng nước, con cuốc gọi tiếng thời gian xa lắc... tất cả và tất cả... thơ nhạc, đất trời và lòng người quyện mãi trong tôi.

Mong ""TÌNH QUÊ" của VINH HỒ đến với bè

bạn xa gần một nỗi cảm thông sâu sắc.

Quê hương Điềm Tịnh dấu yêu ngày 15/8/1992

NGUYÊN BÍCH

** "TÌNH QUÊ" thi tập chép tay của Vinh Hồ phổ biến trong Nhóm thơ Bát Tiên và một số thi hữu.*

-Thi sĩ NGUYÊN BÍCH, quê Ninh Hoà, Cựu Chủ nhiệm Câu lạc bộ Trăng Quê Ninh Phụng, đồng sáng lập Nhóm Thơ Bát Tiên Điềm Tịnh, cùng thi hữu Phạm Duy Tân xuất bản thi tập Dấu Chân.

TRÍCH BÀI NHẬN ĐỊNH:

GHI CHÉP TẢN MẠN VỀ "TÌNH QUÊ"*

"Tình quê" hay "Hương Trời" hay "Hương Đồng Nội"

Bắt gặp trong "Tình quê" những khúc hát trữ tình đậm đà, đằm thắm, hương tình quê mộc mạc dịu dàng:

Hôm qua em mặc bà ba trắng
Nón tóc em bay nắng dịu hiền

(Chờ em)

Nhưng không kém phần xôn xao, tràn ngập... như oà vỡ trái tim bất chợt vút cao tiếng hát trữ tình sôi nổi của một chàng trai mới lớn, hưng phấn, say sưa nhấp chén rượu tình đầu:

Anh hiểu tình em cây trái chín
Anh yêu đôi mắt ánh gương in
Nụ cười như thể thiên thu vỡ
Mở cửa đời anh nhấc bổng lên

(Chờ em)

Tình quê cũng có mối tình đầu đau đớn trong câm lặng, những trái tim yêu đương cháy bỏng, nảy nở trong một mùa trăng để chết đi trong một mùa trăng:

Nụ hôn đầu cháy bỏng tim câm

(TRĂNG THÁNG NĂM 1)

Tình ta tan vỡ giữa trăng câm

(TRĂNG THÁNG NĂM 2)

Sầu chia đôi ngả nụ tình câm

(TRĂNG THÁNG NĂM 3)

Những "trái tim câm", những "nụ tình câm" chết "giữa trăng câm". Hư vô hay hiện hữu? Thinh lặng là giải thoát hay thinh lặng là tột cùng đau đớn? Ta còn bắt gặp trong "Tình quê" những âm thanh quen thuộc của tiếng chuông chùa, tiếng gà gáy... nhưng nó mang một sắc thái, một ấn tượng, một trầm tư xoáy sâu mạnh mẽ vào thân phận con người:

Tiếng chuông oà vỡ run miền tục
Gà xóm thét sôi hốt phận người

(Tình em)

Một tiếng gọi đò, một điệu hót cúc cù của loài chim cu cũng vậy:

Gọi đò chỉ thấy trời mây nước
Đọng lại đồng chim điệu cúc cù

(HỒN THƠ CỔ ĐIỂN)

Hay một vầng trăng, một áng mây... cũng đều phảng phất một tâm sự, một nỗi niềm cô đơn sâu thẳm:

Trơ trọi giữa trời thân phận nguyệt
Nổi chìm trên biển cảnh tình mây

(LÀNG QUÊ 2)

Tình quê trước hết là một bức tranh quê rộn rã trữ tình, đầy màu sắc tươi tắn được miêu tả bằng cái nhìn tinh tế, giàu cảm xúc, khơi dậy trong ta những cái đẹp tinh vi, sâu lắng, đắm hồn ngất ngây, thưởng thức vẻ đẹp huyền diệu của trời đất thiên nhiên:

Óng ánh đậu xanh gương lí rí
Rung rinh cà tím trái đu đeo

(THÁNG HAI 1)

Nắng xuyên kẽ lá non mơn mởn
Nắng sấy chùm hoa nhỏ ngọt ngào
Nắng cứ long lanh màu mắt gởi
Nắng như xao xuyến nụ hôn trao

(THÁNG HAI 2)

Hoa cau nở ngát hoa xoài ngợp
Gốc rạ cháy đen gốc cỏ khêu

(THÁNG HAI 3)

Rộn ràng ong bướm vù vù gọi
Ngây ngất hương hoa gợi gợi mời

(NẮNG XUÂN)

Hình ảnh một cô thôn nữ tát nước dưới trăng trữ tình, bay bổng:

Vầng trăng rạng rỡ xuyên rèm lá
Thiếu nữ bâng khuâng đổ dát vàng

(TÁT NƯỚC)

Gợi nhớ một tứ thơ trong ca dao:

"Hỡi cô tát nước bên đàng,
Sao cô múc ánh trăng vàng đổ đi?"

Nhưng cái khác nhau ở đây không phải là lời ướm ghẹo của một chàng trai, mà là diễn tả một tâm trạng, "thiếu nữ bâng khuâng" vì đang lỡ một cuộc hẹn hò:

"Tối mịt mà sao chửa thấy sang?"

(Tát nước)

TRẦN PHƯỢNG HOÀNG
Ninh Hoà, tháng 8/1992

**"TÌNH QUÊ" thi tập chép tay của Vinh Hồ phổ biến trong Nhóm thơ Bát Tiên và một số thi hữu.*

-Thi văn hoạ sĩ TRẦN PHƯỢNG HOÀNG quê Ninh Hoà, đồng tác giả thi tập "MƯA NGUỒN TRẦM TÍCH CHIM VÀ RÊU", Nhà XB Văn Hoá Dân Tộc, 2003.

NGÀN HƯƠNG VÀ ĐỘC GIẢ BỐN PHƯƠNG:

I.TRÍCH THƯ TAY CỦA NGUYỆT ĐÌNH GỞI TRIỆU PHONG"

...Hôm nhận được tập thơ "Ngàn Hương" của 2 bạn Điềm Ca và Vinh Hồ do TP gởi tặng, mình đọc xong thấy khoái chí, đã trao cho vài anh em bạn thơ "thứ thiệt" ở ngoài này (Huế) xem, ai cũng khen ngợi. Riêng mình thì thấy hai chàng lãng tử miệt vườn này đúng là một đôi dao cau sắc bén được tôi luyện trong một lò rèn truyền thống, rồi tra vào 2 chiếc cán tre đực thanh gọn dễ thương, lâu ngày thấm mồ hôi bàn tay cần mẫn của bà mẹ quê đã lên nước láng lườm, đẹp hơn cả cán ngà, sắc hơn cả những lưỡi dao xi mạ long lanh...

Có lẽ chúng mình xuất phát từ vườn cau, bờ ruộng, nên chi hiểu rõ chuyện mưa nắng sau luỹ tre xanh - cũng có thể vậy và cũng chưa hẳn vậy. Khoái là ở chỗ:

Bấc động bên lò rang mẻ bắp
Nồm giong trong nắng tưới rò rau"

hoặc:

Vàng trời lớp lớp mây mồ hóng
Ngọn gió rong vườn đọt chuối te

(thơ Điềm Ca)

Hay là:

"Sương đầm lá chuối, đêm thanh tĩnh
Trăng ướt tàu cau bóng thuỷ ngân"

hoặc:

Cu gáy bên Mù U háo hức
Chị nhìn phía Núi Vọng bâng khuâng

(thơ Vinh Hồ)

Tôi dám thách những anh khoa bảng salon làm được những câu thơ "nhân bản" như vậy.

Còn nhiều nhiều nữa, tôi không bình thơ, tôi chỉ ghi lại cảm nhận của tôi sau khi đọc 2 nhà thơ này...

Thân ái,

NGUYỆT ĐÌNH
Huế, chiều thứ Bảy, 30-7-1994

(Thi sĩ, Nhà thư họa Nguyệt Đình ở Huế, chuyên gia trùng tu di tích cổ, tác giả của 1 thi tập)

II.TRÍCH 6 BÀI THƠ CỦA ĐỌC GIẢ BỐN PHƯƠNG:

1. HƯƠNG ĐỒNG NỘI*

(Nhân đọc "Ngàn Hương" thơ của Điềm Ca - Vinh Hồ, viết tặng 2 tác giả và bạn Triệu Phong.)

Hoa ngàn cỏ nội rứa mà hay
Ngai ngái bùn, rơm, rám dạn dày
Trích cú tầm chương son phấn hảo
Hương lài, hương mộc thoáng xa bay.

Một vài tri kỷ ngõ thôn trang
Mái khói chiều buông nghĩa xóm làng
Yên Đỗ vườn Bùi xưa lẩn quẩn (1)
Hoà Sơn Độc ẩm bước thênh thang. (2)

Sáu Luyến chòi tranh ngọn gió sông (3)
Tháng Ba mùa gặt lúa vàng bông
Tranh quê một bức vương hương bưởi
Nghìn thuở trăng thơ rạng cánh đồng.

Huế, 30-7-1994

NGUYỆT ĐÌNH

(1) Thơ Nguyễn Khuyến (2) Thơ Vinh Hồ (3) Thơ Điềm Ca

(Copy từ bức THƯ HOẠ rất đẹp của NGUYỆT ĐÌNH)

2. DẬY HƯƠNG (*)

NGÀN sao lấp lánh ánh trăng đang
HƯƠNG lúa đồng quê đã ửng vàng
ĐIỀM Tịnh năm rồi tăng vượt mức
CA lên khúc hát ngát hương đàn
VINH danh hữu ý dòng thơ cảm
HỒ thuỷ ướm lòng cuộc sống an
XỨNG lứa, vừa đôi, đồng tương khí
DANH lưu không thẹn với non ngàn

Nha Trang ngày 24-12-1994

THÀNH HỰU
Trần Quý Cáp, Nha Trang

(*) Tôi xem rất thích thú, ngẫu hứng cảm tưởng, hai vị nhận nơi đây lòng ngưỡng mộ của tôi với Ngàn Hương.

3. CẢM TÁC NGÀN HƯƠNG

NGÀN vàng khó sánh giọng thơ thanh
HƯƠNG nội đồng quê toả thị thành
VINH hạnh đời này nhiều tuấn kiệt
HỒ vơi năm tháng lắm thi nhân
ĐIỀM an nhả ngọc hồn thôn dã
CA ngợi lời ngà tứ thiết thân
ƯỚC bấy lâu nay tao ngộ để...
GẦN đèn toả sáng khắp hương lân

Phước Hải ngày 6-3-1995

TẤN VINH
Đồng Nai, Nha Trang

4. NGÀN HƯƠNG*

NGÀN Hương tuyển tập, Phụng giao Long
HƯƠNG tỏa lâng lâng đượm thắm nồng
ĐIỀM đạm chân tình thơ ý hảo
CA vang giữa cuộc cảnh đời trong
VINH đăng bút tác đồng tương khí
HỒ hải tình thâm chung tấm lòng
LƯU bút Tao đàn thơ Bát cú
DANH thơm Ninh Phụng ánh trăng lồng

Nha Trang, Xuân Ất Dậu, 24-2-1995

TRẦN NINH

**Cảm tác sau khi đọc đọc Ngàn Hương, thi tập của Điềm Ca và Vinh Hồ.*

5. MẾN NGÀN HƯƠNG*

Tuyển tập NGÀN HƯƠNG mới đọc mà...
Bút hoa ý nguyệt gấm thân ta...
Song long hiệp sức tình như đã...
Lưỡng phụng hoà âm ý cũng đà...
Khí tượng ung dung dường kẻ chốn...
Văn chương hùng vĩ ắt con nhà...
Hương thơm phảng phất lòng ta cũng...
Ước được ta gần để nữa ta...

TRÚC HƯƠNG
Đồng Nai, Nha Trang tháng 3/1995

**Nhận được tuyển tập thơ Đường NGÀN HƯƠNG xin có vài dòng nối tình tuổi già qua bài thơ trên.*

6. HƯƠNG QUÊ *

NGÀN phương gió lộng, áng mây trôi
HƯƠNG nội đồng quê sở thích rồi
ĐIỀM Tịnh nếp đời toàn lớp lớp
CA vang hoang điệu khắp nơi nơi
VINH hoa ẩn dật từng năm tháng
HỒ thuỷ mộng mơ đúng buổi thời
THANH ứng rải gieo nhờ gió thoảng
KHÍ cầu tương ngộ chắp nên đôi

Mạnh Xuân Ất Hợi 1996

NGÀN HOA LIỄU THIÊN BA
Ngọc Hiệp, Nha Trang

**Nhân được xem cảm tác được bài thơ trên.*

C. TRÍCH NHẬN ĐỊNH NGẮN VỀ THƠ VINH HỒ

***Truyền Thông Và Báo Chí:**

1. "Vinh Hồ là một trường hợp khá đặc biệt. Bởi vì ở tuổi chưa quá 50 mà Vinh Hồ làm thơ Đường lão luyện không thua những tiếng thơ ĐL thuở xa xưa. Khác chăng Vinh Hồ dùng chiếc bình cổ chứa đựng những lượng rượu mới mẻ. Sự mới mẻ thấy rõ từ cách dùng chữ, cho hình ảnh và suy tưởng. Riêng phần thơ mới, họ Hồ lại ném mình rơi sâu vào con đường cách tân, chênh vênh những thử nghiệm mới mẻ..."

- Đài Tiếng Nói Hoa Kỳ (VOA) 1999

2. "Tác giả viết bằng những kinh nghiệm tù đày nên thơ tự có sức sống của nó. Đời và thơ trở thành một."

-Báo Văn Học, CA, Hoa Kỳ, 1999

3. "Trong thơ Đường luật của Vinh Hồ có nhiều

hình ảnh, chữ nghĩa không hề có trong thơ Đường luật cũ. Trong phần Thơ Mới của Vinh Hồ cũng có những câu mang âm hưởng lạ lẫm."

- Báo Sài Gòn Nhỏ ở California, 1999

4. "Được biết Vinh Hồ (vô hình) bắt đầu viết từ năm 1965, và 2 truyện ngắn đầu tiên của ông được chọn đăng trên mục truyện ngắn chọn lọc của báo Dân Quyền. Từ năm 1968, ông đã có thơ đăng trên Tạp chí Văn thời còn trong nước. Hiện Vinh Hồ có thơ đăng rải rác trên các tạp chí văn học hải ngoại như Văn, Tuyển Tập 2 Tiếng thơ hải ngoại 1998, Tuyển tập VAALA/FL và một số báo chí khắp nước Mỹ..."

- Ban Biên Tập Văn Nghệ Ngàn Phương, HK, 1999

5. "Chi hội Văn Học Nghệ Thuật Việt Mỹ Florida (VAALA) đã tổ chức buổi ra mắt thi tập "Thơ Vinh Hồ" tại nhà hàng Sài Gòn, Orlando vào tối 24/7/1999. Qua phần trình bày diễn ngâm một số tác phẩm Vinh Hồ, người tham dự có thể nhìn thấy nét đặc thù trong thơ của một người sinh trưởng tại chân núi Vọng Phu trông ra vùng biển Hòn Khói và với những lời thơ chân chất tình quê hương xuất phát mãnh liệt tự tâm tư tác giả. Như lời thổ lộ của chính tác giả:

"Thơ không phải là đám mây lơ lửng trên dòng đời mà chính là dòng đời đó. Thơ đâm rễ từ thực tại, nở hoa từ thực tại và giải thoát từ thực tại..."

Với chiều hướng ấy, tác giả đã tự tìm cho mình

một sắc thái riêng biệt, đó là sự diễn tả cảm xúc trước tất cả mọi hình ảnh quanh mình bằng hình thức tương phản giữa những bài Đường thi xuất hiện bên cạnh những dòng thơ mới. Chính những tương phản này tạo ra một Vinh Hồ riêng biệt mà theo danh từ của Du Tử Lê là "tấm thẻ nhận dạng Vinh Hồ". Dù nhà thơ bị giam cầm trong các trại cải tạo, nhưng thơ VH đã thoát đi bằng một sự giải thoát mầu nhiệm của tình yêu...Bên cạnh những vần thơ ĐL cổ kính mà trữ tình như thế, người ta tìm được những dòng thơ mới mô tả cảnh tượng thê thảm đến rùng rợn trong tay kẻ thù..."

- Florida Việt Báo số tháng 9/1999 - trích bài "Chi Hội VAALA/FL ra mắt "Thơ Vinh Hồ"

6. "Vinh Hồ chân chất, mộc mạc như thơ của anh. Những từ ngữ giản dị, những lời thơ đượm tình quê hương, tình cảm thân thiết...phần nhiều được dùng trong thể thơ Đường, kết hợp một cách tài tình, không gượng gạo, tương phản với đặc tính cầu kỳ, trau chuốt của thể thơ."

- Tạp chí Rạng Đông, GA, Hoa Kỳ, 1999

***Văn Nghệ Sĩ Và Độc Giả:**

7. "Tôi tin rằng ông Vinh Hồ là một nhà thơ xuất sắc."

- Mục sư James H. Livingston ở Hoa Kỳ, 1999

8. "Thơ anh dù thể loại Đường luật hay hiện đại đều nói lên cái buồn chung của con người trước

những tàn độc của con người, trước những bất công của cuộc sống..."

- Thi sĩ/nhà phê bình văn học Nguyễn Vy Khanh, Canada, 2005

9. "Thơ Đường Luật...Sự mới mẻ thấy rõ, từ cách dùng chữ, cho hình ảnh (và,) suy tưởng...Khi bước qua thơ mới, cũng triệt để kiếm tìm...Theo tôi, những chân thật tới não lòng, thể hiện qua những hình ảnh tương phản, sắc lẻm, cũng tới buốt, nhức xương, gân...là những chỉ dấu làm thành thẻ nhận dạng chân dung thơ Vinh Hồ."

- Cố Văn/Thi sĩ Du Tử Lê, trích Tựa, 1999

10. "Cái tài hoa kia càng bội phần khi anh thổi vào loại thơ này (Đường luật) một bầu khí hậu mới, xanh mát hơn, sáng tạo hơn, và đầy thi tính hơn... Có lẽ những bài thơ dài và tự do viết về những năm tháng tù tội của anh là những bài thơ xúc động nhất, bi thiết nhất...Khi đọc xong bài thơ này (Ông Đạo Khiết), tôi rưng rưng. Nửa đêm tôi gọi anh. Tôi phải cám ơn anh vì anh đã trả lời thay dùm tôi."

- Văn/Thi sĩ Trần Hoài Thư, New Jersey, USA, trích bài "Đọc Thơ Vinh Hồ" trên Trang web Saigonline, 30/7/1999

11. "Tôi đọc thơ ông mà như đọc ở đấy một tấm lòng của một con người nhân hậu, tôi đã học ở đấy một tấm lòng thương yêu..."

- Thi sĩ Nhà báo Triều Hoa Đại, FL, trích bài phát

biểu tại Đêm Ra Mắt Thơ Vinh Hồ 24/7/1999

12. " Vinh Hồ đã khổ công nghiên cứu thể thơ Đường luật có một cái gì đó mới mẻ hơn khi qua tay mình. Thơ Đường luật từ cổ kính, quý phái, cung đình, hiếu hỉ, đầy điển tích, quy ước, anh đã cố gắng chuyển sang một ngôn ngữ khác, bình dị và mộc mạc để dễ diễn đạt, chuyên chở tâm hồn và gần gũi với ca dao VN hơn."

- Cố Nữ Văn sĩ Ái Khanh, Orlando, trích Bạt, 1999

13. "Thơ của Vinh Hồ rất sâu sắc và mỗi bài đều mang trọn vẹn sắc thái và ý nghĩa của nó chứ không vu vơ..."

- Nhạc sĩ LMST, FL, HK, 2/1/2004

14. "Vinh Hồ đã đến với thơ từ những năm cuối thập niên 60. Chẳng những làm thơ, anh còn viết truyện ngắn...Vinh Hồ có cái nhìn rất đôn hậu, dùng ngôn từ rất trong sáng, giản dị nên người đọc dễ cảm thông với anh."

- Thi sĩ Hoa Văn, Boston, USA, 2004

15. "Trong thơ anh, tôi thường bắt gặp nhiều nỗi buồn và ẩn ức, nhưng nhà thơ Vinh Hồ có cái tâm của Phật nên không hề nghe những lời oán hận mà chỉ có thứ tha và độ lượng. Đọc thơ anh, tôi thấy lòng mình thật nhẹ nhàng và bao nhiêu vết thương trong lòng dường như cũng được thơ anh xoa dịu. Tôi thật sự cảm kích về thơ và con người của Vinh Hồ"

- Văn/Thi sĩ Phạm Tín An Ninh, Na Uy, 15/3/2004

16. "Năm năm tù cho Vinh Hồ nhiều bài thơ nhất, hay nhất, sống động và hiện thực nhất, gây cho người đọc ấn tượng nhiều nhất...Bằng khả năng sáng tác trên nhiều báo hải ngoại, Vinh Hồ đã có chỗ đứng của mình - trúng giải Đồng hạng (tức hạng Ba) cuộc thi thơ ở CA - được đài Tiếng Nói Hoa Kỳ (VOA) dành cho những lời bình phẩm trang trọng."

- Văn sĩ Phạm Hoài Hương, Orlando, trích bài phát biểu tại Đêm Ra Mắt Thơ Vinh Hồ 24/7/1999

17. "Florida miền nắng ấm - xứ của hồ và biển thơ mộng, hiếm ai không biết và dành thiện cảm, quý mến năng tài lẫn tâm tính khiêm lắng, hiền hoà, chuẩn mực của người bạn Vinh Hồ. Vinh Hồ "sính" và viết Đường thi khá vững vàng, lại mới mẻ ý từ. Vinh Hồ còn là một tác giả có "độ dày thi nghiệp" khởi đi từ thời đoạn trước 1975 nơi quê nhà."

- Thi sĩ Lê Nguyễn, Orlando, mùa Thu 2005

18. "Những điệp khúc vừa lãng mạn, bay bổng, ngọt ngào, vừa rớm máu, đau đớn, xót xa...Những điệp từ điệp ngữ cứ chồng chất lên nhau, tạo nhiều tầng cảm xúc, nhiều tầng suy tưởng. Ngôn ngữ thơ Vinh Hồ tự nhiên, bình dị, nhưng cấu trúc lạ lẫm, như có phù phép, như có gai nhọn, dao đâm, gợi mở, cuốn hút, dẫn dắt người ta đi vào những chân trời suy tưởng, những ngóc ngách phức tạp của thế giới nội tâm."

- Thi Văn Hoạ sĩ Trần Phượng Hoàng, Ninh Hòa, trích báo Rạng Đông, GA, HK, 2002

19. "Tôi biết anh trong nhóm thân hữu Ninh Hoà, anh viết biên khảo thật xuất sắc...Sự đóng góp thơ văn của Vinh Hồ là một công trình quý báu về thơ, hay những bài biên khảo có giá trị đích thực lưu lại cho hậu thế thưởng lãm trong khu vườn văn học Việt Nam."

- Văn/Thi sĩ Trần Việt Hải, Los Angeles, CA, 6/2005, trích Trang Web Ninh-Hoà

20. "Thi sĩ Vinh Hồ mang vào thơ Đường luật một luồng không khí mới, biến đổi tính chất trầm mặc từ ngàn xưa của một thể thơ đã ngự trị trên thi đàn...Bằng những tư tưởng, ý tứ mới mẽ và bình dị nhiều khi được khuếch đại bằng cách tận dụng những dấu chấm, hỏi, ngã, dấu than, những "point de suspension" gây ra ngạc nhiên hoặc suy tư cho độc giả. Thi sĩ Vinh Hồ đã thành công trong việc diễn tả tư tưởng của mình, lắm khi làm say mê độc giả..."

- Thi sĩ lão thành Thừa Phong, Tampa, trích báo Rạng Đông, GA, HK, 1999

21. "Vinh Hồ đã thành công trong mục đích cách tân hoá thơ luật Đường qua lối diễn tả và từ ngữ khá mới mẻ...Ngoài thơ Đường, Vinh Hồ cũng có những thành tựu đáng kể trong các thể thơ khác, tạo cho mình một đặc tính riêng..."

- Thi sĩ Dương Huệ Anh, CA, 2001, trích quyển

"Thơ Việt Hải Ngoại: Một Góc Nhìn Tản Mạn"

22. "Một vài bài thơ, đôi nét chấm phá trong dòng thơ của em bằng một pho truyện ngàn trang giấy."

- Thi sĩ Cựu Giáo sư Lê Văn Ngô, CA, 2/4/2004

23. "Thơ Vinh Hồ lên tới đỉnh buồn. Buồn này tiếp nối buồn kia."

- Thi sĩ Phan Long, Orlando, 2005

24. "Thơ Vinh Hồ chan chứa tình người, nhân hậu, bình dị, nhưng chuyên chở nhiều ý tứ độc đáo... Có thể nói đây là những vần thơ hay..."

- Văn/Thi sĩ Trần Minh Hiền, Orlando, trích báo Phương Đông, MA, HK, 1999

25. "Song song với những bài ngũ ngôn rất hay như đã nói, ở nhiều bài thơ khác, tác giả sử dụng từ ngữ thật sâu sắc, bén nhạy và cũng có khi mơ hồ huyễn tưởng, làm người đọc phân vân, lơ lửng, ngơ ngác...ngỡ như đang lạc vào cõi viễn mơ nào."

- Thi sĩ/Tay trống Thương Anh, FL, 2005

26. "Tình yêu trong thơ Vinh Hồ mang niềm u uẩn, man mác buồn, phải chăng vì "tuổi thơ tôi chẳng có mùa xuân" như lời tâm sự của tác giả? Mong rằng Đời sẽ không mãi như cây sầu đông và:

Ta như mây phiêu bồng
Nghìn năm còn ngó lại (Cõi về âm u)

Thi sĩ phải ngó lại để đem thơ vào đời cho những

người thích đọc thơ Anh như tôi."

- Văn/Thi sĩ Lê Thị Hoài Niệm, Houston, TX, 7/6/2005

27. "Anh dùng những chữ rất gợi hình, gợi cảm, mà ít thi nhân khác có khả năng đặc biệt ấy (cà kẽo kẹt, xấp xấp, vơi vơi...) Đó đây trong tập thơ có những câu thật tuyệt...Tôi cũng đã ngậm ngùi với suốt 12 đoạn về Ông Đạo Khiết...Tôi tin rằng anh đã thành công với thi tập này..."

- Thi sĩ Tường Lưu, TX, USA, 1999

28. "Thơ anh chững chạc trong cấu trúc, mượt mà vần điệu và nhiều âm thanh hình ảnh đượm nét trời quê."

- Thi sĩ Lê Cẩm Thanh, Tampa, FL, trích Trang web Trinh Nữ, 20/4/2004

29. "Ta Đi Tìm Em: Suốt đời bèo bọt là một cuộc đi tìm. Suốt đời là một kẻ ở trọ, một khách lữ hành. Không, em là trọn vẹn của ta. Em là của ta. Thật ra em chỉ là hạt bụi. Ta cầm hạt bụi trên bàn tay như một mão miện. Từ trước, vô cùng, ta đã chọn em. Và "từ đó ta ôm vết thương". Em ơi vết thương này, vì em, cho em đời đời. Để rồi Cha ta sẽ làm tiệc cưới, vinh hiển, vinh hiển đời đời."

- Dịch giả Phạm Hồ Tôn, Orlando, FL 11/2/2005

30. "Tôi mến phục người đàn bà trong bài thơ "Trong mơ em đã đến" của anh Vinh Hồ...Chuyện

tình của anh chị đã làm tôi nhớ đến những kịch bản của đại văn hào William Shakespeare..."

- Văn/Thi sĩ Phan Đông Thức, CA, 19/4/2004

31. "Trong 30 năm qua, mặc dù đã có nhiều tác giả ghi lại bao nhiêu nỗi lầm than trên quê hương VN, nhưng khi đọc thơ Vinh Hồ cho dù người còn kẹt lại hay đã ra đi khỏi nước, vẫn cảm thấy giật mình về bao nỗi hãi hùng mà mình đã nếm trải. Không những tập thơ cần thiết cho những người miền Nam mà còn cho những nhà nghiên cứu về đời sống nhân dân miền Nam sau 1975."

- Văn sĩ Trần Lưu Quận, Orlando, FL, trích báo Rạng Đông, GA số 224 tháng 3/2005

32. "Như hàng ngàn nhân chứng sống khác, với năng khiếu thơ, những cảnh thực, người thực được anh ghi lại, chuyện 30 năm trước mà cứ ngỡ như mới xảy ra hôm qua."

- Cựu TNCT Huỳnh Viết Luận, Chicago, 24/4/2005

33. "Tôi cảm ơn anh...những gì chất chứa trong tập thơ của anh, là của chính tôi mà tôi không diễn đạt được."

- Cựu TNCT Nguyễn Nhân, Hoa Kỳ, 8/5/2002

34. "Hôm nay tôi "lãng du" vào chốn Vinh Hồ... Tôi trân quý tấm lòng của anh, anh đã mượn hơi thơ để dàn trải tâm tình, bộc bạch lòng mình với tha nhân. Dòng đời cứ hững hờ trôi mà tình anh muôn

đời vẫn thế:

"Dòng nước trôi đi không trở lại
Tình tôi thì ở mãi bên người"

- Cựu TNCT Lê Văn Thiện, Orlando, FL, 20/2/2004

35. "Chính làng quê giàu tình yêu thương, sống đoàn kết chan hòa bên nhau, đã sinh ra nhà thơ Vinh Hồ có tâm hồn thơ ca thiên phú, giàu chất thơ trữ tình, lãng mạn, có nội dung tư tưởng và nghệ thuật sâu sắc..."

- Thi sĩ/Nhà giáo Trần Ngọc Chánh, Canada, 1/2005, trích Trang web Ninh-Hoà

36. "Tôi được biết anh Thinh (Vinh Hồ) qua Đêm Đốt Nến 30/4/1995 tại Orlando với bài thơ "Trang sử viết bằng chữ nhục" do chính anh sáng tác và diễn ngâm. Mỗi câu thơ của anh đã cho tôi sự cảm xúc mãnh liệt đến tận gai óc. Và hôm nay câu chuyện "Ông Đạo Khiết", anh Thinh đã tài tình kết lại bằng lời thơ cũng đã làm tôi bùi ngùi, khó ngủ."

- Nữ Độc giả Xuân Lê, Orlando, 24/7/1999

37. "Tôi thích nhất thể thơ Đường luật của Vinh Hồ bởi lẽ thơ Ông mỗi bài, như phảng phất dư âm của những điệu nhạc, lúc thì trầm buồn, khi thì da diết du dương...đưa người đọc đến đam mê, ngây ngất như lạc vào một vườn thơ mênh mông đầy hoa thơm cỏ lạ..."

- Cố Văn/Thi sĩ Nguyên Bông, Orlando, trích bài

viết 19/3/2000

38. *"Nghìn năm vẫn còn nhắc*
Những câu thơ lệ buồn
Mình cùng chung tiếng nấc
Đêm rừng nào mưa tuôn"

- Thi sĩ Nguyên Việt Nhân, GA, HK, trích bài thơ "Cảm thơ Vinh Hồ" 23/6/2001

39. "Anh là học sinh giỏi đứng đầu lớp Nhì, lớp Nhất...Từ năm lớp Nhất, anh đã làm được thơ lục bát...Phần thơ, anh đã thể hiện qua nhiều thể loại, thể loại nào cũng xuất sắc, độc đáo..."

- Thi sĩ Điềm Ca, Ninh Hoà, 20/7/2005

40. "Thơ chú Vinh Hồ như thế, với tôi, rất có chiều sâu và thấm đẫm hồn người."

- Thi sĩ/Nữ sinh viên Hoàng Giang, USA, trích Trang web Trinh Nữ, ngày 13/4/2004.

41. "Cám ơn nhà thơ Vinh Hồ nhiều lắm, đã viết tặng tôi bài thơ cảm tác sau khi đọc tập hồi ký "Cha Mãi Bên Đời" ra mắt tại Cali, USA, ngày 05/11/2017... Được biết Anh năm 2014 trên văn đàn www.ninh-hoa.com, tôi đã gởi anh lá thư làm quen và anh đã trả lời thư thật thân ái với "lời có cánh": "Viết thư hay như vậy thì chắc phải có làm thơ và viết văn?" Anh đã nói thế, buộc lòng tôi phải tập làm thơ và viết văn, chứ đâu còn cách nào khác? Và điều đó cũng có nghĩa là Anh đã đặt cây bút vào tay tôi và bảo: "Em viết đi!"...Kể từ ngày ấy, cuộc đời tôi bước sang con

đường mới đầy hứng khởi và niềm vui. Một lần nữa, xin cám ơn Anh, cám ơn Anh nhiều lắm. Và tôi nghe như có tiếng Cha tôi cười nói: "Con chuyển lời cám ơn của Cha đến Anh ấy nhé!"

- Nhà văn Dược sĩ Nguyễn Thị Phương Hiền, Sài Gòn, tháng ba năm 2025

42. "Vinh Hồ chỉ dùng 6 khổ, 168 chữ, mà đã viết được một chuyện tình vô cùng 'lãng mạn' từ lúc mở đầu, cho đến khi kết thúc, với ý thơ theo định luật 'cổ điển':

"Yêu em như thể từ muôn kiếp"

(Ngày ấy thiên duyên)

Tôi thích nhất là câu thơ này, vì thơ mang tính chất Thiền, vả lại còn mang ý nghĩa của thiên định. Có nghĩa là trong nhiều tiền kiếp, đôi nam nữ này đã thề nguyền, yêu nhau ngàn kiếp sau. Nên kiếp này, ông Tơ bà Nguyệt đã se sợi chỉ hồng cho đôi lứa gặp nhau trong một cổ tự mà chàng trai là Sa Di đang tu học mà ngưỡng cửa tình yêu đã thúc dục Sa-Di trong độ tuổi 19 đã yêu cô gái nữ sinh áo trắng 17, rồi 3 năm sau nên duyên vợ chồng theo lời nguyện ước trong tiền kiếp. Thi sĩ Vinh Hồ đã viết một chuyện tình rất mộng mị, òa vỡ, mà chỉ có Thiền định trong triết học mới có thể giải được cái sâu xa của triết học Phật Giáo trong vô thường có có không không..."

- Thi Văn sĩ Duy Xuyên, Tacoma, 22/02/2020

43. "Qua thi tập "Gánh Gạo Nuôi Chồng" của Thi

sĩ VINH HỒ, tôi rất quý mến những dòng thơ trung thực, trong sáng, nhân bản của anh.”

- Thi sĩ HOA VĂN, Virginia, ngày 03/01/2024

44. “Như Biển Hồ Lai Láng không chút nào hư cấu hoặc thù oán. Đây là tập thơ có một không hai. Đọc qua, tôi nhiều lần cay mắt thắt tim...Tất cả các sự việc được ngòi bút tài tình của thi sĩ Vinh Hồ, một nhân chứng của thời đại, mô tả lại từ lúc còn nằm trong bụng mẹ cho đến nay năm 2025, qua những vần thơ đậm nét tình người, đầy ân nghĩa gia đình, bạn bè... không ai có thể hơn. Cảm ơn thi sĩ đã trang trải giùm cho những mảnh đời bất hạnh...Anh là người thành thật, cương trực luôn luôn đứng về lẽ phải, tranh đấu không khoan nhượng với những lý luận sắc bén...Nhờ những đặc tính này mà những bài nghiên cứu văn xuôi, văn vần của anh rất xúc tích, đầy đủ chứng cứ, ý nghĩa thâm sâu, làm người đọc thích thú say mê.”

- Cựu Giáo sư Thi sĩ Lê Văn Ngô, Los Altos, ngày 5/5/2025.

45. “Bài thơ song ngữ Việt & Anh “TÔI GẶP NÀNG TRONG GIẤC MỘNG XANH” đều hay cả. Từ vần điệu đến tứ thơ đều gieo vần chỉnh chu rất đáng ca ngợi, lãng mạn, trữ tình.”

- Thi Văn Nhạc sĩ NXVan, Úc Châu, July 8, 2025

46. ”Tôi đọc một lèo 11 bài với chủ đề gánh gạo mà nhà thơ Vinh Hồ đã viết bằng loại thơ 5 chữ và 7

chữ còn gọi là thơ đường luật. Ngay những ngày còn đi học trong giờ cổ văn tôi luôn sợ khổ thơ Đường luật này vì nó khô khan, vì hai câu 3 và 4 cũng như 5 và 6 phải đối nhau về từng chữ từng câu và từng nghĩa, đã vậy phải đúng luật bằng trắc thật đau cái đầu. Vậy mà lần này tôi lại vô cùng thích thú vì tò mò muốn hiểu thêm xem chị Đoàn Thuỷ Tiên là bà xã của nhà thơ với vóc dáng liễu yếu đào tơ như thế thì làm sao mà gồng với gánh cách nào đây?"

- Văn Thi sĩ Quan Dương, 26-4-2024

47. "Tối hôm qua, tôi đã thức khuya để đọc tất cả các bài thơ trong thi tập "Gánh Gạo Nuôi Chồng" của anh. Những bài thơ đã đánh thức bao kỷ niệm của một thời mà anh em mình cùng chia nhau khổ nạn, những hình ảnh đã qua gần nửa thế kỷ, giờ những bài thơ của anh/chị làm sống dậy mãnh liệt trong lòng tôi và chắc chắn cả mọi người có cùng cảnh ngộ."

- Thi Văn sĩ Phạm Tín An Ninh, Nauy, May, 5, 2024

48. "Tuy không hề nhắc đến đạn bom, nhưng Cõi Về Âm U có thể nói là bài thơ hay của Vinh Hồ cũng như của Văn học miền Nam ở thời điểm đó... Nếu các nhà thơ lính chiến: Linh Phương, Nguyễn Bắc Sơn...hay Trạch Gầm đi sâu miêu tả trực tiếp nơi chiến trường thì người lính Vinh Hồ tìm về chốn tĩnh lặng sau chiến trận...Và có thể nói, Hồn Oán là một trong những bài thơ thất ngôn, điển hình về nội dung cũng như hình thức nghệ thuật viết về chiến tranh của Vinh Hồ. Qua Bến Cây Sung là một trong

những bài thơ toàn bích nhất của Vinh Hồ ở thể thất ngôn...Với tôi Ông Đạo Khiết là bài thơ tự sự truyền cảm nhất ở tác phẩm Gánh gạo nuôi chồng. Vượt Gian Nan Sinh Tử Đến Với Nhau: có những chi tiết, hình ảnh rất mới, rất hiếm hoi, có được trong các tác phẩm viết về đề tài cải tạo...Trở Về Phố Xưa là bài thơ hay nhất của Vinh Hồ về đề tài này ở thể ngũ ngôn. Vinh Hồ có sở trường về hai thể thơ này, bởi những bài thơ hay của ông thường ở thể thất ngôn bát cú, hay ngũ ngôn thơ. Ngày Còn Hoá Tượng là bài thơ hay nhất viết về tình yêu đôi lứa ở thể lục bát...Có thể nói, Nhọc Nhằn Gánh Giữa Chợ Đời là một trong những bài thơ điển hình nhất về mẹ của Vinh Hồ trong tác phẩm Như Biển Hồ Lai Láng."

- Nhà văn, Nhà phê bình văn học Đỗ Trường, Leipzig, Đức Quốc, ngày 24.5.2025

49. "Đọc "Như Biển Hồ Lai Láng", ta không chỉ chạm vào nỗi đau riêng của nhà thơ, mà bắt gặp hình ảnh của hàng triệu Cha Mẹ Việt Nam từng còng lưng nuôi con giữa chiến tranh, tù ngục và ly tán. Mỗi bài là một lát cắt của thời cuộc, một ấn tích phận người... chính sự thật thà đến tận cùng, sự ngậm ngùi không tô vẽ đã mở ra một thứ ánh sáng – ánh sáng của lòng biết ơn, của sự thức tỉnh nhân tính...Không náo nhiệt, không triết lý, "Như Biển Hồ Lai Láng" chảy như một dòng suối mát, tưới tẩm cõi người đang khô cạn vì hối hả và vô tình...Nơi thơ ông, ta nhận ra tiếng vọng của những điều thiêng liêng nhất: một lời ru, một ánh nhìn của Mẹ, một buổi chiều Cha

gánh gồng trong im lặng. Và chính từ sự lặng lẽ ấy, thơ Vinh Hồ đang gợi nhắc, nâng đỡ, chạm đến và sẽ ở lại.

"Như Biển Hồ Lai Láng" không đơn thuần là tập thơ về Cha Mẹ. Nó là tập thơ về một thế hệ – thế hệ từng đi qua bể dâu mà không đánh mất nhân tính, không quên những tiếng ru đầu đời, không phủi tay với ký ức linh thiêng của Dân tộc. Nó khiến người đọc, dù trẻ hay già, đang ở đâu, làm gì – đều phải một lần dừng lại, cúi đầu, và thấy mình còn có một chốn để trở về: đó là lòng Mẹ, đó là bóng Cha, đó là cội nguồn đã âm thầm nuôi dưỡng tâm hồn ta nên người."

- Nhà văn Hoạ sĩ Uyên Nguyên, Chốn Bụi, 28-03-2025

50. "Những năm tháng trong nước, hòa mình trong luỹ tre xanh, nghe "Tiếng tắc kè tắc lưỡi nữa trong đêm" như một sự việc tự nhiên... Khi ra nước ngoài, nhìn nước người mới thấm thía nỗi xót thương xứ sở:

Từ xa em biệt cố hương
Nhìn quê người thấy thêm thương quê mình

(Cánh đồng mùa xuân)"

- Thi Văn Nhà báo Nhà phê bình văn học Song Nhị, trích sách Dòng Thơ Lưu Vong, San Jose, 2025, HK.

51. "Thi sĩ Vinh Hồ viết nhiều thơ từ thơ Đường Luật, lục bát, thơ mới, đến thơ tự do, bài nào cũng

thâm trầm sâu sắc, chứa đựng tâm hồn thi nhân chân chính. Đọc lại nhiều lần ta càng say mê tâm đắc chữ nghĩa, cùng ý tứ sâu xa. Từng chữ, từng câu đã bộc lộ tất cả sự thanh cao của kẻ sĩ tiêu dao thiền định trong chánh niệm để quán chiếu cuộc đời. Thật là tuyệt vời! Thật là khí phách!"

- Nhà văn, Bác sĩ Lê Ánh, Arizona, ngày 08/08/2025

52. "Nội dung thi tập Ẩn Dật nói chung ca ngợi vẻ đẹp độc đáo của non nước và con người Việt Nam nói chung và Ninh Hoà, Khánh Hòa nói riêng. Từ Vạn Giã đến Ninh Hòa, Nha Trang, Diên Khánh, Cam Ranh đều được nhắc đến bằng những vần thơ nhẹ nhàng, êm ả, đầy sáng tạo, dạt dào tình yêu thương và sự trân trọng. Bước vào vườn thơ Vinh Hồ, chúng ta không thể không đọc VƯỜN HOA TÌNH ÁI, 1 bài thơ tình tứ, lãng mạn, trẻ trung, xin trích 4 câu đầu:

Em đã đến trong vườn hoa tình ái
Trái sầu riêng đang chín bói trên cành
Giữa đất trời chỉ có em và anh
Mưa tháng sáu đâu cần chi vội vã

Tóm lại, những con chữ lấp lánh trải dài thi tập Ẩn Dật của Vinh Hồ đã minh chứng rõ nét câu "Thơ là người". Thật vậy, Vinh Hồ đã tự vẽ chân dung mình qua những vần thơ bình dị nhưng trong sáng, chuyển tải ý nghĩa thâm sâu."

- Cựu Giảng viên Anh ngữ Văn Hùng Đốc, CA, HK 17/9/2025

53. “Vinh Hồ là người làm thơ mà tôi quen biết từ lâu, ông là người đã miệt mài để vác trên vai và cõng trên lưng suốt chặng đường dài để đi cùng và sống với chữ nghĩa. Một người làm thơ như thế nên chưa đầy 1 năm kể từ thi phẩm: Gánh Gạo Nuôi Chồng, ông lại gửi đến những người yêu mến thơ ông thi phẩm: Như Biển Hồ Lai Láng. 162 bài trong thi tập và với rất nhiều nhận định của các văn, thi hữu cùng ý kiến của độc giả viết về thơ ông theo tôi cũng đã đủ để chúng ta mở lòng đón nhận Như Biển Hồ Lai Láng như đón nhận những thân quen về với tủ sách của gia đình.”

- Thi sĩ, Nhà báo Triều Hoa Đại, Florida, ngày 14/4/2025

54. “Quê hương nơi chôn nhau cắt rốn là hình ảnh vô cùng thương yêu. Từ núi cao, đến sông nước, ruộng vườn, bóng dáng người nông dân, cô thôn nữ hằng ngày đội nắng dầm mưa qua bốn mùa sương gió được người con xứ Ninh vẽ lại qua những vần thơ tuyệt tác...Có thi sĩ nào làm thơ ca tụng nơi chôn nhau cắt rốn của mình đầy đủ ngọn nguồn như thi sĩ Vinh Hồ?”

- Cựu giáo sư Thi sĩ Lê Văn Ngô, Cali, ngày 9/8/2025

55. ”Những bài viết của Vinh Hồ về địa danh, con người, phong tục, tập quán của vùng đất Ninh Hòa đã cho thấy niềm đam mê và trân trọng quê hương Ninh Hoà của mình. Thơ và văn của ông chan chứa

tình cảm về tình yêu quê hương đất nước...Đặc biệt, hình ảnh cha mẹ luôn đậm đà trong thơ ông...Phong cách thơ của Vinh Hồ mang đậm tâm hồn Đông phương gần gũi với thiên nhiên...Và rất nhiều những suy nghĩ triết lý ở rải rác các tập thơ của ông...Vinh Hồ sống nhiều với nội tâm, thơ anh không cầu kỳ, tráng lệ hay cao siêu, bí hiểm, mà dung dị như lối văn tự sự thân thuộc gần gũi và chân tình như chính con người của Vinh Hồ...Và vượt lên tất cả, nhà thơ có cái nhìn rất triết lý, nhìn thấu đạt lẽ vô thường và biến dịch của cuộc sống mang đậm tư tưởng đạo Phật và Lão Trang."

- Cựu Giáo sư Dịch giả Nhà văn DƯƠNG ANH SƠN, Sài Gòn, 27/7/2025

56. "Nửa thế kỷ trôi qua bao nhiêu ký ức lắng đọng trong tâm hồn, VH ghi lại những đau buồn tủi nhục trong lao tù, cho dù khổ đau đến mấy, VH cũng không sợ, bởi vì anh đã có người vợ chung lòng chung sức vẫn đến cùng anh nơi "Biệt Điện Trong Rừng". Trong thi tập Gánh Gạo Nuôi Chồng, ký ức buồn nhiều hơn vui, nhưng trong cái buồn cũng có cái vui, có tình yêu, có tình người, có tình quê. Bài MÙA HÈ NĂM ẤY, VH diễn tả nét đẹp của các cô nữ sinh với tà áo trắng đi ngang qua cầu, làm cho đàn cò trắng dưới ruộng sâu đứng nhìn mà không thể nào cất cánh bay lên được! Ý tưởng thật là lãng mạn, đó cũng là biểu hiện tình yêu trong sáng của VH. Từ Em Mặc Áo Mùa Xuân là bài thơ lên tới đỉnh của tình yêu."

- Thi sĩ Phan Long, Orlando 18/5/2024

57. "Gánh Gạo Nuôi Chồng thi tập dày 350 trang có trên 200 bài thơ viết về những nỗi thống khổ của người vợ tù và người tù. Mất Ánh Mặt Trời là bài mà tôi tâm đắc. Tôi cảm nhận được nỗi đau tận cùng của người tù, nhất là người vợ tù, những người phụ nữ sau 1975 vừa phải đi thăm nuôi chồng, vừa phải nuôi con trong hoàn cảnh cơm không có để mà ăn. Tôi nghĩ rằng tập thơ này sẽ có người đọc và sẽ có người khóc, khóc thật sự cho những mảnh đời đau khổ trong đó có mình."

- Nhà văn Phạm Hoài Hương, Orlando 18/5/2024

58. "Tôi hân hạnh tham dự buổi ra mắt sách Gánh Gạo Nuôi Chồng của anh Vinh Hồ 1 nhà thơ đa dạng, phong phú, thơ của anh ở khắp mọi nơi, mọi thời kỳ...Cả 3 diễn giả giới thiệu tác phẩm rất sâu sắc, dẫn chứng nhiều bài thơ của VH rất hay, cô đọng, nhiều ý nghĩa. Riêng tôi, thích bài Người đẹp Sài Sòn, xin trích 4 câu đầu:

Nàng đến thăm tù đêm ba mươi
Can đảm theo chồng vào lán trại
Đêm huyền thoại ngàn năm nhớ mãi
Suối tóc thề man dại biết dường nào?

Đó là những vần thơ đã gieo vào lòng tôi, nhắc nhở những tháng ngày, những ký ức khó quên trong cuộc đời."

- Nhà soạn nhạc Nhà nhiếp ảnh Đặng Lưu

Phương, Orlando 18/5/2024.

59. "Tôi đã từng ngưỡng mộ thi sĩ Vinh Hồ từ lâu, ông làm thơ từ rất trẻ, thể thơ nào cũng có những bài thơ rất hay. VH còn là nhạc sĩ sáng tác, bài Ngày Ấy Thiên Duyên phổ từ chính bài thơ của ông, đó là bài thơ tuyệt bút, bài nhạc tuyệt vời, nói về mối thiên duyên của mình. Lời thơ xuất sắc, độc đáo, độc nhất vô nhị. Giai điệu nhẹ nhàng, tha thiết, hoà quyện vào thơ. Đó là 1 trong 4 nhạc phẩm do ông sáng tác."

- Nhà thơ Nhà bình thơ Trần Minh Hiền, Orlando 18/5/2024

60. "Điềm Ca và Vinh Hồ rất có công trong việc đem thể thơ Đường luật phục vụ cho nhu cầu giải tỏa những thiếu vắng về đời sống tinh thần của người nông dân Việt Nam. Họ đã kéo thơ Đường từ chỗ sang trọng quyền quý, từ chỗ chỉ dành riêng cho giới trí thức ít ỏi trong mọi thời về với đại đa số nhân dân, những người chân lấm tay bùn suốt đời thua thiệt...Đọc trong toàn tập, chúng ta thấy có những bài nghiêm ngặt về đối, luật, luận, chững chạc về ý từ và tất cả như toát ra một nét đẹp gần gũi, thân thương, khiến ta yêu được hoàn toàn."

- Cố thi sĩ Triệu Phong, trích báo Khánh Hòa, tháng 5-1994.

61. "NGÀN HƯƠNG CÁI BẮT TAY GIỮA THIÊN NHIÊN VÀ CON NGƯỜI, mở ra ngan ngát một vùng cỏ nội hoa ngàn, bao cảnh trí, màu sắc lung linh của một vùng thôn dã...Đồng thời mở ra một vùng đất

với những tên sông, tên núi, gò bãi...mới nghe đã vang vọng lòng người...Ngàn Hương của Điềm Ca và Vinh Hồ như chiết từ bình cũ ra thứ rượu mới, tác giả đã hiện đại hóa ngôn ngữ trong thơ, hiện đại mà không vấp vào ước lệ mới. Ngôn ngữ Ngàn Hương mang đậm màu sắc dân gian - kho tàng còn nhiều thứ để cho thơ ca nếu ta biết quay về...Như vậy, Đường luật xứng đáng được có mặt trong dòng chảy của thơ ca đương đại."

- Cố thi sĩ Tôn Phong, trích báo Nha Trang, tháng 5 -1994

62. "Hôm nhận được tập thơ "Ngàn Hương" của 2 bạn Điềm Ca và Vinh Hồ do TP gởi tặng, mình đọc xong thấy khoái chí, đã trao cho vài anh em bạn thơ "thứ thiệt" ở ngoài này (Huế) xem, ai cũng khen ngợi. Riêng mình thì thấy hai chàng lãng tử miệt vườn này đúng là một đôi dao cau sắc bén được tôi luyện trong một lò rèn truyền thống, rồi tra vào 2 chiếc cán tre đực thanh gọn dễ thương, lâu ngày thấm mồ hôi bàn tay cần mẫn của bà mẹ quê đã lên nước láng lườm, đẹp hơn cả cán ngà, sắc hơn cả những lưỡi dao xi mạ long lanh..."

- Thi sĩ, Nhà thư họa Nguyệt Đình, Huế, 30-7-1994

63. "Đọc "Tình Quê" của Vinh Hồ, tôi đã đồng cảm ngay, bình dị mà sâu sắc, chơn chất mà mang nặng nghĩa tình, trong sáng như đôi trai gái quê - tình yêu đến giữa những đêm trăng thôn dã nghe mà thâm trầm - mà náo nức...Nếu trong tình yêu, Vinh Hồ đã

chọn đúng những cung bậc tình cảm của nó, dẫn dắt người đọc đi từ trạng thái tâm lý này, đến trạng thái tâm lý khác, bằng chất liệu hồn thơ tự nhiên mà sâu lắng, đã để lại cho người đọc cái âm hưởng bùi ngùi, thì chính anh cũng đã thành công trong cái vực dậy của lớp người cùng khổ, chịu thương chịu khó, một nắng hai sương. Anh đến rất nhẹ nhàng mà tê buốt, man mác một nỗi buồn thân phận."

- Thi sĩ NGUYÊN BÍCH, Điềm Tịnh ngày 15/8/1992.

64. "Tình quê trước hết là một bức tranh quê rộn rã trữ tình, đầy màu sắc tươi tắn được miêu tả bằng cái nhìn tinh tế, giàu cảm xúc, khơi dậy trong ta những cái đẹp tinh vi, sâu lắng, đắm hồn ngất ngây, thưởng thức vẻ đẹp huyền diệu của trời đất thiên nhiên. Tình quê cũng có mối tình đầu đau đớn trong câm lặng, những trái tim yêu đương cháy bỏng, nảy nở trong một mùa trăng để chết đi trong một mùa trăng. Những "trái tim câm", những "nụ tình câm" chết "giữa trăng câm". Hư vô hay hiện hữu? Thinh lặng là giải thoát hay thinh lặng là tột cùng đau đớn?"

- Thi văn hoạ sĩ TRẦN PHƯỢNG HOÀNG, Ninh Hoà, 8/1992

65. "Cũng lạ là người viết được tặng tập "Thơ Vinh Hồ" buổi trưa, thì buổi chiều nằm đọc ngấu nghiến hết tập thơ hơn 200 trang. Ông mang nặng cái dũng của người quân nhân dám sống/ chết, nhưng người viết lại tưởng ông là nhà thơ Nguyễn

Khuyến hoá thân tại kiếp. Phần đầu thi tập, VH nói về quê nghèo. Phải nói tâm hồn VH mộc mạc như thiên nhiên. Nhiều lúc ông ca ngợi "Mẹ Đất" quê nhà như những nhà vườn tại Hoa Kỳ tôn thờ "Motherland". Chắc họ cũng chỉ tri ân đất đai giống như VH là cùng. Thơ VH là tấm lòng trong sáng với quê hương, nhắc lại những cảnh quê của mình ở hải ngoại làm người khác nhớ muốn khóc. Phải nói thơ VH rất mượt mà tình cảm với lối văn vần cũ. Nói chung phần thơ cổ điển của VH rất chững chạc, lưu loát. Chắc VH mang quá nhiều DNA của cổ nhân được ông tự thú trong bài Hồn Thơ Cổ Điển. VH hiện diện hồn thơ lục bát như những câu ca dao Mẹ bay bướm tân kỳ hơn. Thơ tự do của VH có rất nhiều tình tiết như một chuyện ngắn/ dài, là những câu chuyện mô tả các hoạt động thường nhật của người tù."

- Thi sĩ Nhà báo Phương Điền Nguyên, Báo Rạng Đông, GA, HK số 95, 1999.

BẠT
CÙNG NHAU VỀ LẠI QUÊ XƯA

Nhà thơ Vinh Hồ, tên thật Hồ Văn Thinh, là sư huynh đồng môn của tôi tại trường Trung học Trần Bình Trọng, Ninh Hoà. Anh đã viết văn làm thơ từ thuở còn đi học thập niên 1960. Ra đời, anh tiếp tục bước trên đường thi văn tại quê nhà Ninh Hoà và sau đó khi định cư tại Florida, Mỹ.

ẨN DẬT là tác phẩm thứ 10 của anh.

Nhận bản thảo thi tập Ẩn Dật của Vinh Hồ huynh, thoạt tiên tôi... giật mình! Ô, Vinh Hồ huynh nghĩ đến chuyện... ẩn dật rồi sao?! Thế thì huynh muội mình từ nay xa cách?! Rồi rất nhanh, tôi nhớ ra huynh ấy học trên mình vài lớp thôi, vậy mình cũng sắp đến tuổi...?!

Và lần giở từng trang, tôi thấy nhẹ lòng, vui êm đềm, hạnh phúc lâng lâng... như cánh chim đang tìm về tổ ấm xưa. Vâng, chúng tôi không xa cách, mà chúng tôi bên nhau cùng tìm về quê hương, về nguồn cội, về kỷ niệm, về tình yêu, về chốn bình an. An vui là đây, phải không ạ?

Có phải khi người ta lớn lên, lang bạt tha phương... đến khi gối mỏi chân chồn, thường nhớ về cố hương?

"Lâu rồi tôi chưa về Ninh Hoà
Thăm lại dòng sông thăm phố xưa
Đi hết những con đường nắng lụa
Rộn bướm, vàng hoa, xanh tuổi thơ

Lâu rồi tôi chưa về thăm trường
Thầy xưa bạn cũ tình vấn vương
Cây phượng hàng dương thời mộng mị
Có con chim ngói gáy đầu tường"

(Lâu Rồi Tôi Chưa Về)

Lời thơ đơn sơ, ý thơ nhẹ nhàng mà sao khiến tôi rưng rưng... *Ờ lâu rồi nhỉ? Lâu lắm rồi, quá nửa đời người!*

Này là những cảnh rừng núi hoang sơ, những dòng sông chậm chảy... bây giờ tìm về như vui cảnh điền viên, thư thái ẩn dật - thế nhưng những bước chân ngày ấy khi tuổi mới độ 40, nghiêng ngả trong cuộc bể dâu, khi sự lựa chọn không phải của mình - thì chính tình yêu thiên nhiên đã an ủi anh, mang đến cho anh niềm vui và niềm tin vào cuộc sống:

"Đất trời non nước cỏ cây
Bạn cùng chim chóc tháng ngày ung dung

Trưa vào rừng trúc vẫy vùng
Nâng niu từng búp măng rừng như con
. . . .
Đêm từng đêm giữa đất trời
Bốn bề tịch lặng núi đồi hoang sơ
Một ta trong cõi sương mờ
Một ta giữa mái tranh thơ bần hàn"

(Ẩn Dật 1 - 1982)

"Trên sông một bóng một hình
Đôi bờ cô tịch tâm tình cùng ta
Lắng nghe sương khói giang hà
Nửa đêm thiền định chiều tà nghêu ngao"

(Ẩn Dật 2 - 1991)

Giữa quạnh hiu cũng có những ngày vui, khi xuân về núi rừng như khoác màu áo mới:

"Mưa tạnh, trời quang, dáng núi gầy
Rừng xuân trẻ lá nắng xuân rây
Bằng lăng nở tím đường lên rẫy
Chim khướu hót tràn ngả bứt mây"

(Rừng Xuân - 1994)

Và kìa:

"Bên kia Hòn Thượng nắng lên rồi!
Giồng Cốc cũng bừng nắng khắp đồi
Ngàn vạn cây cành vùng thắp sáng
Trăm muôn chim chóc trỗi ca vui"

(Nắng Xuân - 1990)

Thiên nhiên thì dễ tìm những nét đẹp nên thơ, còn người bên ta thì nỗi vất vả cũng không khó tìm, cũng may ta và bạn cùng là những nhà thơ:

"Đường lên... Xe dắt với quần xăn
Suối lội, sông băng, biết nhọc nhằn
Lộ hoá ra mương bùn ọp ẹp
Núi găng thành rẫy đá khô cằn
Chòi tranh tiếp bạn đêm không ngủ
Thơ rượu xoáy lòng chuyện chẳng ngăn
Trên sạp bạn nằm ho húng hắng
Ngoài trời sương lặng, muỗi ăng ăng..."

(Chòi Tranh Tiếp Bạn
Tặng Điềm Ca - 1988)

"Chuyện từ mấy chục năm xưa
Cứ theo ngọn thác vỡ đê tràn về
Cuộc đời xanh tựa giấc mơ
Cùng nhau sống lại tuổi thơ rạng ngời
......
Đời tôi lưu lạc tha phương
Gặp người như gặp quê hương xóm làng
Gặp dòng sông gặp con đường
Gặp đồng lúa chín gặp hàng cau xinh"

(Hồn Đi Theo Người
Thân tặng nhà thơ Điềm Ca - 2005)

Đến đây tôi xin được viết đôi dòng tâm sự: nhà thơ Vinh Hồ và nhà thơ Điềm Ca là đôi bạn chí thân từ thời niên thiếu và cho đến bây giờ. Nhà thơ Vinh Hồ học trên tôi 4 lớp, còn nhà thơ Điềm Ca học cùng lớp với tôi. Chúng tôi là huynh muội đồng môn Trung học Trần Bình Trọng - Ninh Hoà. Thảo nào quý mến nhau lắm nhỉ!

Trên đường quay lại chốn xưa, nhà thơ thả hồn theo bóng người thiếu nữ năm nào, xa lắm rồi mà cảm xúc vẫn dạt dào như mới đây thôi.

"Ngày ấy gặp em nơi cửa Thiền
Yêu em từ ánh mắt đầu tiên
Tóc thề buông xõa đôi môi mọng
E ấp đôi tà áo trinh nguyên

Ngày ấy sa di lòng bâng khuâng
Theo em đi khắp nẻo hồng trần
Từng đêm khấn nguyện ơn Bồ Tát
Độ nàng trên các nẻo phù vân

(Ngày Ấy Thiên Duyên - 2020)

Thuở ban đầu e ấp rồi thêm niềm khát khao:

"Sóng vô cùng lãng mạn
Thì thầm lời dịu êm
Rằng anh con sóng bạc
Khao khát bờ cát em

Nghìn năm còn dong ruổi
Muôn kiếp chẳng xa rời
Sáng chiều luôn đeo đuổi
Ôm ấp bờ cát em"

(Cuộc Tình Của Sóng Và Bờ Cát - 2020)

Đam mê và hoang tưởng:

"Người gần người vẫn xa nghìn trùng
Tôi yêu dù người không hay biết
Ánh mắt làn môi người đa tình
Mùi hương thêm đê mê da diết
Người gần người vẫn xa nghìn trùng
Tôi yêu dù hai đời đã khác
Suối tóc bờ vai người đa tình
Sức sống tuôn tràn lòng đói khát"

(Tình Ở Mãi Bên Người
Thương Tặng Một Người-2005)

Tình yêu nồng nàn vẫn tỏa hương, trên bước đường ẩn dật nhà thơ vẫn có nàng cùng đi:

"Cỡi gió đi mây hồn tự tại
Ngâm hoa vịnh nguyệt tâm an nhiên
Có em đời đẹp như trong mộng
Ngày tháng bên nhau quên não phiền"

(Vui Cùng Cây Cỏ - 2019)

Nhà thơ đa tình và cũng rất chung tình phải không?

Lòng người xa xứ cũng vui lâng lâng khi nhớ lại những cảnh đẹp của quê hương

"Dốc Lết còn nguyên mộng với thơ
Hải âu xếp những chữ "mong chờ"
Còn ta mãi nhớ người muôn kiếp
Nay đời đã xế vẫn còn mơ"

(Dốc Lết - 2022)

"Nha Phu trời vịnh đẹp vô song
Nước nhược non bồng đây phải không?
Đảo nổi trên đầm mây lớp lớp
Núi ăn ra biển đá chồng chồng"

(Nha Phu Nước Nhược Non Bồng - 2020)

"Sừng sững đầu non mỏi mắt trông
Ngóng chồng xa thẳm bể mênh mông
Chiến trường chẳng tiếc đời xuân trẻ
Quê kiểng nào đau phận má hồng?
Chờ đợi mỏi mòn tình hóa đá
Nhớ thương chung thủy lệ thành sông
Nghìn năm đứng đó mây in bóng
Thung lũng quê Ninh động cõi lòng"

(Núi Vọng Phu - 1990)

"Cửa Giả, Hòn Gốm, Hòn Ghềnh
Trời ban cho những cái tên lạ lùng!
Hòn Điệp Sơn, Bãi Sơn Đừng
Nước non hội tụ nở bừng ý thơ

Vân Phong cảnh đẹp như mơ
Đảo trôi trên vịnh bến bờ là đâu?
Tháng Sáu râm ran ve sầu
Vào rừng Dốc Mỏ đọc câu thơ Thiền

Ngâm mình dưới suối Hóc Chim
Dòng nước mát lạnh chảy tràn châu thân
Đá xanh rêu nằm chất chồng
Phải chăng nước nhược non bồng là đây?"

(XỨ VẠN CẢM TÁC - 2025)

Thân tặng nữ đồng môn Phương Hiền, người từng đi thuyền trên vịnh Vân Phong và tắm suối Hóc Chim

Xin phép một chút lạc đề...

Những ngày còn bé ở Ninh Hoà, thỉnh thoảng tôi nghe nhắc đến địa danh "Vạn Giã", cứ nghĩ là một nơi nào đó xa lắm. Có lẽ hai chữ Vạn Giã gợi những cuộc chia xa, rất xa?! Khi tôi hỏi cha tôi, ông nhìn tôi vẻ ngạc nhiên: "*Con chỉ giỏi tưởng tượng. Đấy là một xứ biển không xa lắm đâu, lúc nào yên yên cha dẫn con đi chơi*". Từ đấy, Vạn Giã đã là một nơi tôi mong đến.

Thế rồi tôi đã được đến nơi tôi từng mong đến - 50 năm sau - với các bạn thời thơ ấu. Mà Vạn Giã đâu chỉ là xứ biển như cha tôi nói, mà còn là xứ... Suối - Suối Hóc Chim. Tôi yêu thích suối Hóc Chim và đã nhiều lần được về nơi ấy. Cảnh sắc thiên nhiên tươi đẹp, dòng nước trong lành, bên các người bạn dễ mến, rất vui và hạnh phúc!

Vậy mà đôi lúc tôi lại thoáng buồn, có phải là do cái tên "Vạn Giã" gợi sự chia xa như tôi nghĩ hồi còn bé, hay tên suối có cánh chim gợi nhớ Cha tôi, và nhớ người anh năm xưa, đã bay xa... bay xa...! Tôi cũng không biết nữa!

Anh Vinh Hồ cho Phương Hiền ghi lại đây đôi lời với Suối nhé!

"*Em cùng anh về Hóc Chim*
Rừng xanh, suối biếc, đôi tim mơ tình

Em như vạt áo rêu xanh
Khoác lên dáng nắng thu quanh bãi bờ...

Anh cùng em viết câu thơ
Nhìn gió trốn ngủ thả thơ lên trời
Chim kêu khản giọng: Suối ơi!
Chỉ nghe từng chiếc lá rơi nổi, chìm...

Ta mang thinh lặng đi tìm
Gửi mơ cho suối, thả chim về rừng
Hỏi rằng em có buồn không!?
Cớ sao trói nhớ, buộc mong, hỡi tình!

Kìa anh, ngày chớm bình minh
Mộng kia ảo nọ cũng đành chia phôi
Giấc mơ bên suối, buồn ơi!
Tiếng chim giã bạn, nghe đời quạnh hiu!

(Lời Tự Tình Bên Suối Hóc Chim)

Bài thơ xin được thay lời đa tạ Vinh Hồ sư huynh đã ưu ái tặng thơ. Và cũng cám ơn anh với thi tập Ẩn Dật đã giúp tôi hiểu thêm và bắt đầu yêu thích ẩn dật.

Có phải ẩn dật không có nghĩa là một mình đi tìm một chốn xa lạ, mà là cùng nhau tìm về chốn xưa với bao kỷ niệm thời thanh xuân, thời mới biết yêu... gắn liền với quê hương thân yêu.

Có phải ta đã rất may mắn khi có quê hương để nhớ, để về? Có phải ta cũng rất may mắn khi có bạn tình, bạn thơ, yêu và gắn bó cả một đời? Thế nên tuổi về chiều ta vẫn có niềm vui của buổi chiều hạ tím:

"Cánh buồm nâu giữa bao la kỳ vĩ
Giờ chỉ còn một cái chấm không màu
Bao muộn phiền theo bọt sóng tan mau
Lòng thanh thản nhẹ tênh như cánh vạc

Bên tai ta sóng vỗ về ca hát
Bản tình ca vọng đến từ xa xăm
Ta lắng nghe lời của gió thì thầm
Em hiện hữu, ánh chiều lên tím ngát"

(Chiều Hạ Tím - 2025)

Ước mong tất cả chúng ta khi đến tuổi *"Thất thập cổ lai hi"* vẫn như dòng suối bạc, như cánh đồng xanh, như chim quyên... và vẫn làm thơ ca ngợi cuộc đời - như lời chúc lành của nhà thơ Vinh Hồ:

"Như dòng suối bạc trôi về biển khơi
Như cánh đồng xanh hướng về mặt trời
Như tiếng chim quyên líu lo ca hát
Ta vẫn làm thơ ca ngợi cuộc đời
Cảm ơn đời đã cho ta cuộc sống
Cảm xúc dâng tràn đầy đủ vui buồn
Cảm ơn người đã cho ta được sống
Bằng cả trái tim trân quý yêu thương"

(Cám Ơn Đời, Cám Ơn Người - 2025)

Rất cám ơn nhà thơ Vinh Hồ đã cho tôi niềm vui và hạnh phúc được góp mặt trong thi tập Ẩn Dật. Và mong Vinh Hồ sư huynh cho Phương Hiền tôi cùng đi trên đường tìm về miền Ẩn Dật nhé! Đa tạ sư huynh!

Nguyễn Thị Phương Hiền
Ninh Hoà, ngày 10 tháng 7 năm 2025

**Nhà văn Nhà thơ Dược sĩ Nguyễn Thị Phương Hiền đã xuất bản tập hồi ký "Cha Mãi Bên Đời" ra mắt ngày 05/11/2017 tại CA, USA.*

ĐÔI DÒNG TIỂU SỬ VINH HỒ

Tên thật: Hồ Văn Thinh, sinh 1948 tại Ninh Hòa, Khánh Hoà.

Bút hiệu khác: Tú Trinh, Phạm Ninh Hoà, Hồ Tịnh Vinh Điềm, Sông Tương, Hồ Trường.

Cựu học sinh Trần Bình Trọng, Ninh Hoà và Võ Tánh, Nha Trang.

Năm 1995, qua Mỹ diện HO 31, định cư tại Orlando, FLorida.

***Sinh Hoạt Thơ Văn:**

- 1965, 2 truyện ngắn đầu tiên đăng trên báo Dân Quyền tại Sài Gòn lúc 17 tuổi.

- 1967, Sáng lập viên Thi đoàn Tiếng Vọng tại Ninh Hòa, Khánh Hoà lúc 19 tuổi.

- 1968, 1 bài thơ đầu tiên đăng trên báo Văn tại Sài Gòn lúc 20 tuổi.

- 1988, Sáng lập viên Nhóm thơ Bát Tiên tại Ninh Hòa, Khánh Hoà lúc 40 tuổi.

- 1997, Hội viên Hội Văn Học Nghệ Thuật Việt Mỹ/FLorida (VAALA/FL).

- 1999, Hội viên Hội Thơ Tài Tử Việt Nam Hải Ngoại.

- 2008, Sáng lập viên Hội Văn Nghệ Tự Do tại Orlando lúc 60 tuổi.

- 2020, Sáng lập viên Trang Văn Học Nghệ Thuật Tình Thơ trên Facebook lúc 72 tuổi.

*Có thơ/văn đăng trên:** Dân Quyền, Văn, Ngôn Ngữ, Cội Nguồn, Mây Ngàn, Rạng Đông, Gia Đình, Phương Đông, Thế Giới Mới, Trinh Nữ.Net, Ninh Hoà.Com, Hai Bờ Giấy.Net, Biển Khơi.Com, Bản Tin Y Nha Dược/FL, v.v...

*Có bài trong các tuyển tập:** Tiếng Thơ Hải Ngoại, tập 2, 1998, Tuyển tập VAALA Florida-1998. Kỷ Niệm Một Đời Cầm Bút của Thái Quốc Mưu, và nhiều tuyển tập khác.

*Có trên 10 bài thơ:** được các dịch giả dịch sang Anh ngữ.

*Có tên trong 3 bộ sách:**

- "Tác Giả Việt Nam 1905-2005" của nhà văn Lê Bảo Hoàng do Nhân Ảnh xuất bản năm 2017.

- "Văn Học Việt Nam 50 Năm Hải Ngoại, Quyển

Thượng" của nhà phê bình văn học Nguyễn Vy Khanh do Nguyễn xuất bản 2025.

- "Dòng Thơ Lưu Vong 1975-2025" tuyển tập nhận định tác giả và tác phẩm Quyển Một gồm 40 nhà thơ tiêu biểu, của nhà thơ nhà phê bình văn học Song Nhị do Cội Nguồn xuất bản tại Cali, Hoa Kỳ, 2025.

***Được nhiều văn thi sĩ nổi tiếng viết bài nhận định**: trong đó có Thi sĩ Du Tử Lê, Văn sĩ Trần Hoài Thư, Thi sĩ Hoa Văn, đặc biệt năm 2025, Nhà phê bình văn học Đỗ Trường đã viết một bài nhận định dài tựa đề: VINH HỒ - NGƯỜI ĐÃ UỐNG KHỔ ĐAU TRONG RỪNG THẲM (Chân dung nhà văn).

***Trong 60 năm cầm bút đã xuất bản:**

1. Ngàn Hương, thơ, Hội VHNT/Khánh Hòa, 1994 (in chung với 1 tác giả).

2. Thơ Vinh Hồ, Hội VAALA/Florida, 1999.

3. Mưa Nguồn Trầm Tích Chim và Rêu, thơ, Hội VHNT/Khánh Hòa, 2003 (in chung với 2 tác giả).

4. Bên Này Biển Muộn, thơ, Hội VAALA/Florida, 2005.

5. Quê Hương Ninh Hoà, biên khảo 550 trang, Ninh Hoà.Com, 2016 (in chung với 5 tác giả).

6. Gởi Người Trong Mộng, thơ, Nhân Ảnh, 2022 (in chung với 1 tác giả).

7. Yêu Người Trong Mộng, thơ, Nhân Ảnh, 2023 (in chung với 1 tác giả).

8. Gánh Gạo Nuôi Chồng, thơ, Nhân Ảnh, 2024.

9. Như Biển Hồ Lai Láng, thơ, Nhân Ảnh, 2025.

10. Ẩn Dật, thơ, Nhân Ảnh, 2025.

***Có 95 nhạc phẩm phổ thơ Vinh Hồ của các nhạc sĩ:**

Vĩnh Điện, LMST, Bác sĩ Nguyễn Đức An, Linh Phương, Cung Đàn, Mã Đình Sơn, Nguyễn thị Kim Loan, Bác sĩ Huỳnh Trọng Tâm, Bình Nguyên, Troy Tran, Minh Nhã, Đặng Lưu Phương, Vinh Hồ. (Troy Tran, Đặng Lưu Phương được AI hỗ trợ)

- Riêng Vinh Hồ có 4 nhạc phẩm tự sáng tác: Anh qua đời em, Tiếng đàn thu mưa, Chiều vàng trên quê em miền Tây, Ngày ấy thiên duyên.

***Khen Thưởng:**

- 1965, hai truyện ngắn đầu tiên đăng trên mục "Truyện Ngắn Chọn Lọc" báo Dân Quyền tại Sài Gòn với tiền thưởng 300 đồng.

- 1996, Giải Đồng hạng Cuộc Thi Thơ của Thi Đàn Lạc Việt tại CA, Hoa Kỳ, có bằng khen và tiền thưởng.

***Liên Lạc:**

- Địa chỉ email: vinhho5555@gmail.com

LIST NHẠC PHỔ THƠ VINH HỒ TRÊN YOUTUBE: 38 bản (trong tổng số 95 nhạc phẩm phổ thơ Vinh Hồ):

- Nhạc LMST 4 bản:

1. Quê Tôi, 2007, Ca sĩ Hà Thị Thu Thuỷ, 2012:

https://www.youtube.com/watch?v=y1d5uSue59o

2. Trông Về Quê Cha, 2003, Ca sĩ Quốc An:

https://www.youtube.com/watch?v=R23IdqwYKmc

3. Cánh Đồng Mùa Xuân, 2004, Ca sĩ Tâm Thư:

https://www.youtube.com/watch?v=WHN4_1yImQc

Cánh Đồng Mùa Xuân, 2022, Ca sĩ Tâm Thư (VH làm)

https://www.youtube.com/watch?v=GVctsIWMGp0

4. Xuân Lang Thang, 2004, Ca sĩ Tâm Thư:

https://www.youtube.com/watch?v=ZqxoDKPEgcw

(Nhớ Công Ơn Mẹ, 2010, thơ Đoàn Thủy Tiên, Tâm Thư hát).

https://www.youtube.com/watch?v=d9vkkY0ZoAs (HY làm)

https://www.youtube.com/

watch?v=gPxfQwsliIM (VH làm)

- **Nhạc Cung Đàn 3 bản:**

1.Sắc Màu Kỷ Niệm, 2021, Ca sĩ Tâm Thư:

https://www.youtube.com/watch?v=v7eKIl-z_1A

2.Xứ Vạn Cảm Tác, 2025

3.Xứ Vạn Xứ Ninh, 2025

- **Nhạc Vĩnh Điện 2 bản:**

1.CÕI VỀ, Ca sĩ Vũ Bảo (Quán quân Ngôi sao, 2006):

https://www.youtube.com/watch?v=KHL-fp5SGXo

2.NHỌC NHẰN GÁNH GIỮA CHỢ ĐỜI: 2025

https://www.youtube.com/watch?v=AaZcFJkCOcg

- **Nhạc Bình Nguyên 1 bản:**

Rừng Sông Em, Ca nhạc sĩ Vũ Bảo (Quán quân Ngôi sao tiếng hát), 2021:

https://www.youtube.com/watch?v=vgYhcOiE5l4

- **Nhạc Nguyễn Đức An 2 bản:**

1. Demo Cánh Đồng Mùa Xuân, 2022, Ca sĩ Ngọc

Quy:

https://www.youtube.com/watch?v=feTz-jpgZy0 (PB 1)

https://www.youtube.com/watch?v=FOOEhg_K4DA (PB 2)

Karaoke Cánh Đồng Mùa Xuân - Beat Nam, 2022:

https://www.youtube.com/watch?v=-fEnBfy99XQ

Demo Cánh Đồng Mùa Xuân, Ca sĩ Ngọc Quy:

https://www.youtube.com/watch?v=feTz-jpgZy0&list=PLiJTGfj7FbKggSWbR8S8tIkz7CL8mqn-F

Karaoke Cánh Đồng Mùa Xuân, 2022 - Beat Nữ:

https://www.youtube.com/watch?v=FjUXUI5F3Rw&list=PLiJTGfj7FbKggSWbR8S8tIkz7CL8mqn-F&index=4

2. Rừng Sông Em, 2022, Ca sĩ Mạnh Tuấn:

https://www.youtube.com/watch?v=AQxvi-1pFLk (PB 1)

Demo Rừng Sông Em, Ca sĩ Mạnh Tuấn:

https://www.youtube.com/watch?v=koOWYB1wQlE&list=PLiJTGfj7FbKggSWbR8S8tIkz7CL8mqn-F&index=6

https://www.youtube.com/watch?v=koOWYB1wQlE (PB 2)

Karaoke Rừng Sông Em, 2022 - Beat Nam:

https://www.youtube.com/watch?v=eh8XtVd717c

Karaoke Rừng Sông Em 2022 - Beat Nữ:

https://www.youtube.com/watch?v=eh8XtVd717c

- Nhạc Troy Tran 23 bản được AI hỗ trợ:

1. Nước Thái Lan Có Khác, Jan 2, 2025:

https://www.youtube.com/watch?v=-VlKmbfJdrQ

2. MV: THẦY MINH TUỆ CÓ VÔ ƠN KHÔNG?:

https://www.youtube.com/watch?v=edgB2MBNckg

3. MV: HÃY VỀ NHÀ THÔI KẺ THỢ SĂN:

https://www.youtube.com/watch?v=FDZtonWuOyc

4. MV: THEO MÂY TRẮNG TÌM VỀ MIỀN ĐẤT PHẬT:

https://www.youtube.com/watch?v=R2chaGh78cA

5. MV: ĐƯỜNG VỀ ĐẤT PHẬT LẮM TRUÂN CHUYÊN:

https://www.youtube.com/

watch?v=H4ggHQfFDWg

6. MV: DÙ BỊ PHỈ BÁNG, SƯ VẪN TỪ BI:

https://www.youtube.com/watch?v=gkJKrfBomoE

7. MV: ĐƯỜNG ĐẾN ĐẤT PHẬT THIÊN NAN VẠN NAN:

https://www.youtube.com/watch?v=5v-HInK5nCA

8. MV: NHÀ THƠ VÀ NHÀ SƯ:

https://www.youtube.com/watch?v=taW6c2NdnQU

9. MV: CÁNH ĐỒNG MÙA XUÂN:

https://www.youtube.com/watch?v=-E6PWZLjZCs

10. MV: DẠO PHỐ XUÂN NGƯỜI, 2025:

https://www.youtube.com/watch?v=_IKM2oIEYyg

11. MV: Cha Một Đời Lặng Lẽ -2025:

https://www.youtube.com/watch?v=JaobfaE1lQE

12. MV: Anh Qua Đời Em - 2025:

https://www.youtube.com/watch?v=Kosdek1YPIM

13. MV: Rừng Sông Em - (Version 1) 2025:

https://www.youtube.com/watch?v=Etwipcbq3oY

MV: Rừng, Sông Em - (Version 2):

https://www.youtube.com/watch?v=qUI65owjk1E

14. MV: NHƯ BIỂN HỒ LAI LÁNG, ("Karaoke" Version), 2025:

https://www.youtube.com/watch?v=kuQbugzhDNs

MV: NHƯ BIỂN HỒ LAI LÁNG - (PB 2):

https://www.youtube.com/watch?v=r0dh3rPumYg

15. MV: NHỌC NHẰN GÁNH GIỮA CHỢ ĐỜI:

https://www.youtube.com/watch?v=UTUGh48W3hE

16. MV: Cha Một Đời Lặng Lẽ:

https://www.youtube.com/watch?v=JaobfaE1lQE

17. MV: Hồn Oán (PB 1):https://www.youtube.com/watch?v=WSrtI2_nTVw

MV: Hồn Oán (Version 2):

https://www.youtube.com/watch?v=-AffcIkm9DY

18. MV: CUỘC TÌNH CỦA SÓNG VÀ BỜ CÁT

https://www.youtube.com/watch?v=VvcC4sYOpAA

19. MV: Ẩn Dật 1 - Thơ Vinh Hồ

https://www.youtube.com/watch?v=_rLpGLqEp3A

20. MV: Ẩn Dật 2 - Thơ Vinh Hồ

https://www.youtube.com/watch?v=LbCOCZlEzK8

21. MV: Quê Nhà - Thơ Vinh Hồ

https://www.youtube.com/watch?v=-3FOiaWi4GM

22. MV: Chiều Hạ Tím - Thơ Vinh Hồ

https://www.youtube.com/watch?v=uZVQiW6iiMQ

23. MV: XỨ VẠN XỨ NINH - Thơ Vinh Hồ

https://www.youtube.com/watch?v=VeXELWWlXFI

- **Nhạc Minh Nhã 2 bản:**

1. NHƯ BIỂN HỒ LAI LÁNG, Ca sĩ Hà Thanh, 2025:

https://www.youtube.com/watch?v=7_nTo7br3E0

NHƯ BIỂN HỒ LAI LÁNG, Ca sĩ Hà Thanh, KARAOKE, 2025:

https://www.youtube.com/watch?v=GHbkB1g_-sE

2. NHỌC NHẰN GÁNH GIỮA CHỢ ĐỜI, Ca sĩ Xuân Bảng, 2025:

https://www.youtube.com/watch?v=zRZAJKiqjBo

NHỌC NHẰN GÁNH GIỮA CHỢ ĐỜI, Ca sĩ Xuân Bảng, KARAOKE, 2025:

https://www.youtube.com/watch?v=6FU6zTEUoD4

- **Nhạc và lời: Vinh Hồ 2 bản:**

1. Chiều Trên Quê Em Miền Tây, 2019, Ca sĩ Quang Châu:

https://www.youtube.com/watch?v=6jxC_cZ7Ikw

2. Ngày Ấy Thiên Duyên, 2022, Ca sĩ Quang Châu:

https://www.youtube.com/watch?v=0R9Zv6-MXKM

MỤC LỤC

Nhân Ảnh
2025

Liên lạc tác giả

VINH HỒ:
Vinhho@5555@gmail.com

NGUYỄN THỊ PHƯƠNG HIỀN:
phuonghien522@yahoo.com.vn

Liên lạc Nhà xuất bản
han.le3359@gmail.com
(408) 722-5626

www.ingramcontent.com/pod-product-compliance
Lightning Source LLC
LaVergne TN
LVHW090221051026
849517LV00001B/145
* 9 7 9 8 2 9 5 4 2 5 8 1 3 *